युज ॲण्ड थ्रो

प्रा. डॉ. सौ. रजनी शेठ

गोल्डन पेज पब्लिकेशन

गोल्डन पेज पब्लिकेशन

युज अॅण्ड थ्रो

(कथासंग्रह)

© प्रा. डॉ. सौ. रजनी गुलाबचंद शेठ
'श्री' बंगला, सेक्टर २७, प्लॉट नं. ५२७,
निगडी प्राधिकरण, पुणे ४११ ०४४.
चलभाष : ९४२२३२६७१७
इ-मेल : rajani.sheth@gmail.com

ISBN 978-81-926504-7-0
प्रथम आवृत्ती : ऑगस्ट २०१६
प्रकाशन क्रमांक : ७

प्रकाशक
प्रदीप खेतमर
गोल्डन पेज पब्लिकेशन,
फ्लॅट नं.१४, ५वा मजला, श्री दत्त कॉर्नर,
स. नं. ३९/२९, दत्तनगर,
आंबेगाव बु॥, पुणे ४११०४६.
मोबाइल : ९५५२३४०१६७
goldenpagepublication@gmail.com

संपादक
मनोहर सोनवणे

मुखपृष्ठ
प्रदीप खेतमर

कलानिर्देशन
आर्ट अॅडव्हर्टायझिंग

प्रा. श्री. जी. एम. शेठ,
माझिया लेखणीस या
ज्यांचा आधार आहे,
घडण्या साहित्यकृती ही
त्यांचाच ध्यास आहे
ऋण मनात तयांचे
सरणार ना कधीही ते
दिली लेखनास उभारी
प्रेरणा तयांची सारी
त्यांनाच अर्पूनी ही कथांजली
धन्य लेखणी ही आज झाली
                    - सौ. रजनी सेठ

मनोगत

■

'युज अँड थ्रो' हे माझे प्रसिद्ध होणारे सातवे पुस्तक आहे. आतापर्यंत 'वादळज्योत', 'शिल्पकार', 'तृषार्त', 'पैलतीर' आणि 'ऋणानुबंधाच्या...' या पाच कादंबऱ्या आणि 'वळण' हा कथासंग्रह प्रसिद्ध झाले आहेत. शिवाय विविध नियतकालिकांमधूनही सुमारे ऐंशी कथा प्रसिद्ध झाल्या आहेत. त्यापैकी अनेक कथांनी स्पर्धेत पारितोषिकेही पटकावली आहेत. शाळा-  महाविद्यालये, महिला मंडळे, लायन्स क्लब- रोटरी क्लब, ज्येष्ठ नागरिक संघ इत्यादी ठिकाणी झालेल्या कथाकथनाच्या कार्यक्रमांत या कथांना उत्तम प्रतिसाद मिळतो.

मी लेखनासोबतच रेडिओवर तसेच इतर कार्यक्रमांत विविध विषयांवर व्याख्याने देणे, निरनिराळ्या स्पर्धांमध्ये कथा-कविता-परिसंवादांसाठी परीक्षक म्हणूनही काम केले आहे. ही साहित्यसेवा करीत असतानाच पुण्याच्या फर्ग्युसन महाविद्यालयातून मराठी विषयाच्या अध्यापनाचे काम करून मी सेवानिवृत्त झाले आहे.

'युज अँड थ्रो' या कथासंग्रहातील काही कथांमध्ये ज्येष्ठ नागरिकांच्या व्यथा हा विषय आला आहे. समाजातील पिकल्या पानांची कदर आजची तरुण पिढी फारशी करत नाही. या जाणिवेतून व आपल्या आजूबाजूच्या अनुभवांतून

या कथा आकारास आल्या आहेत. नात्यांचे बंध कालपरत्वे कसे ढिले पडतात आणि त्याचा तुमच्या-आमच्या जीवनावर किती खोलवर परिणाम होतो, याचे चित्रण वाचकांसमोर मांडण्याचा हा प्रयत्न आहे. सामाजिक विषयावर आधारित या कथा वाचकांच्या पसंतीस उतरतील, असा मला विश्वास वाटतो.

हा कथासंग्रह पूर्णत्वास येण्यास अनेकांचा हातभार लाभला आहे. यातील काही अनुभव ज्यांनी मला प्रत्यक्षात अनुभवण्यास दिले, काही अनुभव कोणी तरी सांगितले, कोणी या विषयावर लिहिण्यास सुचवले व काहींनी लेखनास उत्तेजन दिले. त्या सर्वांचे ऋण माझ्या मनात कायम राहणार आहेत. हे पुस्तक प्रत्यक्षात आकारास आणण्यासाठी प्रयत्न करणारे ज्येष्ठ कवी-लेखक-पत्रकार मनोहर सोनवणे, 'गोल्डन पेज पब्लिकेशन'चे प्रदीप खेतमर व अमृता खेतमर, 'फर्स्ट इम्प्रेशन प्रिंट टेक्नॉलॉजी'च्या विद्या खेतमर यांची मी मनःपूर्वक आभारी आहे.

■

अनुक्रम

पुत्रदान

■

''शुभमंगल सावधान''

असे गुरुजींनी म्हणताच वधूवरांवर मंगलाक्षता टाकत मी सुनीताला शोधू लागले. खरं तर स्टेजच्या आसपासच ती असायला हवी होती; पण ती दिसेना तेव्हा मला जरा नवलच वाटले. कार्यालयात सर्व दिशांना मी भिरभिरत्या नजरेने पाहू लागले. तेव्हा एका खांबाच्या आडोशाला उभी राहून डोळे पुसत असलेली सुनीता दिसली. आता मात्र माझ्या आश्चर्याला पारावार उरला नाही. हिच्या एकुलत्या एक मुलाचं लग्न आणि हिला रडायला काय झालं? न राहून गर्दीतून वाट काढत तिच्या जवळ गेले आणि हलकेच तिच्या खांद्यावर हात ठेवला. तिने दचकून गडबडीने डोळे पुसत माझ्याकडे पाहिले.

''काय झालं गं?'' माझं आश्चर्य माझ्या आवाजात उमटल्याशिवाय राहिलं नाही.

हसण्याचा केविलवाणा प्रयत्न करत ती म्हणाली, ''कुठं काय?'' काही नाही. ''काही नाही कसं! काही तरी नक्कीच झालंय. मला नाही का सांगणार?'' मी आपुलकीच्या स्वरात विचारलं, तेव्हा चटकन आजूबाजूला पाहत हलक्या स्वरात ती म्हणाली, ''नंतर सांगेन काय ते!''

मी आग्रह केला नाही. सवड झाली की ती मला सांगेल याची खात्री होती. माझी ही बालमैत्रीण आपल्या मनातील अगदी चोरकप्पादेखील माझ्या जवळ

उघडा करत असे. अलीकडे ती लग्नाच्या गडबडीत होती आणि मी ऑफिसच्या कामाच्या घाईत असल्यामुळे आमची निवांतपणे भेट झाली नव्हती; पण आता तिचे दुःख जाणून घेण्याची माझी तीव्र इच्छा होती. त्यासाठी लग्नाची ही गडबड संपेपर्यंत थांबणे भाग होते.

आज अचानक सुट्टी मिळाल्याने मी सुनीताकडे गेले. मला पाहून तिला झालेला आनंद तिच्या डोळ्यांत दिसला. ती उद्गारली, ''अय्या तू! ये ना आत ये.

तिने आणून दिलेलं थंडगार पाणी पित मी विचारलं, ''घरात एवढी शांतता का? कोणीच दिसत नाही.''

''सगळे आपापल्या कामाला गेले आहेत'', आणि

''पराग-ऐश्वर्या आले का उटी-बंगलोरहून फिरून?''

''त्यांना येऊन चार दिवस झाले. तोही काल कामावर रुजू झाला आणि ऐश्वर्या माहेरी गेली आहे.'' सुनीता.

''उद्या तुमच्या लग्नाचा वाढदिवस करूनच पाठवायचं नाही का?'' मी. माझी नजर टाळण्याचा प्रयत्न करत ती म्हणाली, ''कदाचित येईलही उद्या.''

सुनीताच्या चेहऱ्यावरची रेषा मला ओळखता येत होती. काही तरी बिनसलंय हे माझ्या लक्षात आलं. तिचा हात धरून तिला सोफ्यावर माझ्याजवळ बसवत मी म्हटलं, ''इथं बस बघू आधी आणि काय झालं ते मला सांग. तू आनंदात दिसत नाहीस. बरं वाटत नाही का तुला?''

''मी बरी आहे. तसं वरवर दिसायला सारं छानच आहे. नेमकं बोट ठेवून काय खुपतंय, ते सांगता येणार नाही; पण चांगलं चाललं नाही हे मनाला जाणवतंय.''

''म्हणजे काय? मला नाही का सांगणार?'' मी.

''तुला नाही तर कोणाला सांगणार? ह्यांना सांगून काही उपयोग नाही. हे समजू शकणार नाहीत. पण गेल्या काही दिवसांत मनात जे धुमसतंय ते कोणाला तरी सांगितल्याशिवाय मन मोकळं होणार नाही. यामध्ये तू काही करू शकणार नाहीस हे मला ठाऊक आहे. पण मनात जे खदखदतंय ते बाहेर पडल्यानं जीवाची तगमग तरी कमी होईल. तुझ्याशी बोलावं असं फार वाटत होतं.''

''तुझा तो बिनतारी संदेश माझ्यापर्यंत पोचला म्हणूनच मला आज येथे यावंसं वाटलं असेल. बरं, आता मला सांग, तुझ्या लाडक्या परागच्या लग्नात तुझ्या डोळ्यांत पाणी का होतं? जणू लेकीची पाठवणी करणार होतीस.'' मी.

''खरं सांगू, परागच्या लग्नाचं स्वप्न मी केव्हाची पाहत होते. मोठ्या थाटात त्याचं लग्न करायचं, वरमाई म्हणून मनसोक्त मिरवायचं मी ठरवलं होतं. माझ्या देखण्या लेकासाठी एखाद्या अप्सरेसारखी सुंदर रूपवान मुलगी पाहावी, तिला सोन्या-हिऱ्यानं मढवावं, चारचौघांत तिला फिरवून तिच्या रूपगुणाचं कोडकौतुक करावं असे किती तरी बेत मी केले होते. मुलगी रूपानं कमी असली तरी गुणवान असावी, तिच्या रूपानं आपल्याला एक मैत्रीण लाभावी, एवढीच माझी अपेक्षा होती. ती आल्यावर दोघींनी सिनेमे, नाटके पाहावी, भरपूर हिंडावं, कुठंही लग्न, बारसं या कार्यक्रमांना जाताना तिची मला सोबत मिळेल असा विचार मी करत होते. पण अलीकडे शेजारीपाजारी, नात्यागोत्यांत आलेल्या नवीन सुनांविषयी जे ऐकायला मिळत होतं, त्याने माझ्या मनात शंकांची पाल चुकचुकायला लागली होती. मला सून कसली मिळेल? आज्ञाधारक की उद्धट? लग्नानंतर या घरी सुखाचं नंदनवन फुलवलं होतं तो आनंद ती टिकवेल की सर्वांना दुःख देईल, या शंकेने मन व्याकूळ होत होतं. पराग माझा किती लाडका आहे हे तुला माहीत आहेच. लग्नानंतर तो आपल्याला दुरावणार तर नाही ना? आपल्या नशिबात काय आहे? अशा विचारानं त्याच्या लग्नात माझे डोळे सारखे भरून येत होते. मुलीच्या लग्नात तिच्या आईला पाठवणीच्या प्रसंगी मोकळेपणानं रडता तरी येतं, पण मुलाच्या लग्नात रडायचीही पंचाईत! लोक काय म्हणतील याचं भान ठेवावं लागतं. सध्याचा काळच असा आहे की नव्वद टक्के मुलं लग्नानंतर बदलतात असं परवाच कुठं तरी वाचलंय मी! आणि असं काही वाचलं वा ऐकलं की पुढे आपल्या नशिबात काय असेल, या विचारानं मी भेदरून जायची मन धसकून जात होतं.''

''परागचं लग्न होऊन आता महिना होऊन गेला, तुझा काय अनुभव? अर्थात इतक्यात काय कळणार म्हणा!'' मी म्हणाले. तेव्हा ती उदास होऊन म्हणाली, ''कडूलिंबाचा कडवटपणा लक्षात यायला फारसा वेळ लागत नाही.''

''म्हणजे?''

''ऐश्वर्याचं लक्षण मला काही ठीक दिसत नाही. ती वेगळ्याच संस्कारात वाढली आहे. तिला कामाची अजिबात सवय नाही, त्यामुळे जरा काही सांगायला गेलं की कपाळावर आठ्यांचं जाळ पसरतं. सकाळी आरामात ९-९.३० ला उठणं, निवांतपणे चहा-आंघोळ उरकून टीव्ही पाहत बसणं किंवा माहेरी वा मैत्रिणींना फोन करत बसणं, मग जेवून झोपणं, सायंकाळी पराग आला, की फिरायला-सिनेमाला जाणं असा सध्या तिचा कार्यक्रम असतो. तिचा चेहरा

पाहिला की तिला काही काम सांगायचं धाडसच होत नाही.'' सुनीता हताशपणे बोलत होती.

"परागचं आणि तिचं कसं चाललंय? ते खुशीत आहेत ना?'' मी.

"छान! नव्या नवलाईचे दिवस आहेत, त्याला एवढ्यात काय सांगायचं! आपली आई लवकर उठून काम करत आहे आणि ही अजून झोपली आहे हे त्याला दिसत नाही का? तिला आपल्या घरचं वळण कसं लावावं हेच कळत नाही व ती ऐकेल यांची शाश्वती नाही.''

सुनीताची नाराजी लक्षात आली आणि मी दिलासा देण्यासाठी तिला म्हटलं, ''जाऊ दे गं, तू कशाला स्वतःला त्रास करून घेतेस? सुधारेल ती हळूहळू, सध्या जरा दुर्लक्ष कर.''

''त्रास करून घ्यायचा नाही म्हटलं तरी होतोच. तुलाही लवकरच या प्रसंगाला तोंड द्यायचं आहे. घोडामैदान काही फार लांब नाही. देव करो नि तुला चांगला अनुभव येवो. मनासारखी सून मिळणं हे लॉटरी लागण्यासारखंच आहे.''

सुनीताशी बोलून मी घरी निघाले, पण तिचं बोलणं काही माझ्या डोक्यातून जाईना. खरंच की! माझा सुदीप यंदा इंजिनियर होणार. तो मिळवता झाला की त्याच्या लग्नाचं बघावं लागणार. तसं पाहिलं तर कोणतेही लग्न ही एक प्रकारची लॉटरीच असते. ती लागली तर एकदम आनंदाच्या शिखरावर आणि नाही लागली तर एकदम भुईसपाटच व्हायचे. माझी लॉटरी कशी फुटणार कोण जाणे!

यथावकाश शिक्षण झाल्यावर सुदीपला एका चांगल्या कंपनीत नोकरी मिळाली आणि मग त्याला अनेक स्थळं सांगून येऊ लागली व घरात त्यासंबंधी चर्चा होऊ लागली. आपला मुलगा म्हणून मी सांगत नाही, पण खरंच, माझा सुदीप म्हणजे एक नम्र, आदर्श असा पुत्र होता जणू श्रावणबाळ किंवा सानेगुरुजींचा श्याम! अतिशय सालस, आज्ञाधारक. माझ्यावर त्याची अपार भक्ती होती. कधीही माझ्या इच्छेविरुद्ध तो वागला नाही. शाळेत असताना 'माझी आई' या विषयावर त्याने लिहिलेला निबंध उत्कृष्ट ठरल्याने नोटीस बोर्डावर लावला होता. तेव्हा तो वाचून एक पालक मुद्दाम माझी ओळख करून घ्यायला घरी आले व म्हणाले, ''या निबंधातली आई मला प्रत्यक्ष पाहायची होती. खरंच, तुम्ही सुदीपला छान उत्तम संस्कार दिले आहेत.''

हे ऐकून माझ्या अंगावर मूठभर मांस चढलं होतं.

सुदीपच्या लग्नाच्या गोष्टी जेव्हा घरात होऊ लागल्या तेव्हा मी त्याला विचारलं, ''सुदीप, तुझा पत्रिकेवर विश्वास आहे ना? एकविसाव्या शतकात हा काय मागासलेपणा असं वाटत असेल तर सोडून देऊ. तुझं काय मत आहे? पत्रिका जुळते का हे पाहायचं ना?''

''हो तर!'' तो चटकन म्हणाला, ''पण माझी आणि मुलीची नाही तर तुझी व तिची पत्रिका जुळली तरच पुढचा विचार करायचा. कारण तुम च्या दोघींचाच अधिक संबंध येणार. तुमचं पटलं पाहिजे. हे बघ आई, तू पसंत केलेल्या मुलीशीच मी लग्न करीन.'' माझं मन भरून आलं. आजच्या प्रेमविवाहाच्या या जमान्यात आईच्या पसंतीला महत्त्व देणारी मुलं कमीच! माझा सुदीप देखणा, गोरापान, उंच, हुशार, प्रभावी व्यक्तिमत्त्वाचा असल्याने त्याला साजेशी सुस्वरूप, सुस्वभावी, मिळून मिसळून रहाणारी ग्रॅज्युएट मुलगी बघावी या अपेक्षेने मी वधूसंशोधन करू लागले. 'हे' तसे अलिप्तच होते. कित्येक मुली पाहिल्या आणि हळूहळू माझ्या लक्षात येऊ लागलं, की मुलीचं लग्न जमवणं एक वेळ सोपं आहे; पण मुलाचं जमवणं अवघड आहे. मुलगी बघितल्यावर ती दिसायला कशी आहे एवढंच फक्त कळतं. तिचा स्वभाव कसा कळणार? ती माहिती कशी काढायची? एखाद्याचं जमत असेल तर त्या स्थळातील दोष सांगण्याचा वाईटपणा सहसा कोणी करत नाही.

माझी ताई म्हणाली, ''नीट पाहा हं. कारण आपण आपल्या मुलीचं लग्न करून देतो तेव्हा तिच्या सासरी काही प्रॉब्लेम असेल, तर ती एकटी त्याला तोंड देते. पण सुनेबाबत निवड चुकली तर आपल्या सगळ्या घरादाराला दुःख भोगावे लागतं हे लक्षात ठेव आणि सावधगिरीने सून निवड.''

मला आणखी टेन्शन आलं. मुली पाहताना तर अनेक अनुभव आले. आताच्या मुली धीट आहेत. त्याही बारकाईने चौकशा करतात. अनपेक्षित असे प्रश्न विचारतात. हा बदल पाहून आपल्याला आपल्या लग्नाच्या वेळी काही अक्कल नव्हती. घरच्यांनी ठरवलं त्याच्याशी मुकाटपणे लग्न केलं हा विचार म नात येत होता. अशी लग्ने आता होणे नाही हे लक्षात आले. काही मुलींचे विचार ऐकून धक्का बसत होता. एके ठिकाणी पाहिलेली मुलगी आम्हाला आवडली. सुदीपची प्रतिक्रिया विचारली तेव्हा तो म्हणाला, ''ही मुलगी नको.''

''का? दिसायला बरी आहे की.'' 'हे' म्हणाले.

''पण आपल्या घराला योग्य नाही. आम्ही दोघांनी मोकळेपणी बोलावं म्हणून तुम्ही सारे बाहेर गेलात तेव्हा एकत्र कुटुंबात राहायला आवडत नाही असं

तिनं स्पष्ट सांगितलं.''

''अरे, पण तू एकटाच आहेस. भावंडं कुठं आहेत तुला!'' मी.

''मी तिला हेच म्हणालो तेव्हा तिला फक्त राजाराणीचा संसार हवा आहे असं ती म्हणाली.'' हे सांगतानासुद्धा सुदीप संतापून गेला होता.

त्या विषयावर आम्ही पुढे काही बोललोच नाही. ज्या घरात आई-वडील असतात ते एकत्र कुटुंब म्हणायचं का? मुलाचं लग्न झालं की त्यांनी घर सोडून जायचं का? कुठं जायचं? मी स्वतःलाच प्रश्न विचारत होते. पूर्वी एका घरात ३०-४० माणसे एकत्र राहायची आणि आता आई-वडीलही नकोत. का? प्रश्नांचे भुंगे मस्तक कुरतडत होते. हल्लीच्या मुलींच्या विचारातील हा बदल फार क्लेशदायक होता.

बऱ्याच मुली पाहून झाल्या आणि सावळ्या पण स्मार्ट सपनाला पसंत केलं. तिचे शिक्षण एम. कॉम.पर्यंत झालं होतं. एकत्र कुटुंबात वाढलेली म्हणून फारशी चिकित्सा न करता निर्णय घेतला. आणि एका शुभमुहूर्तावर मोठ्या हौसेनं सुदीप-सपनाचे लग्न केले. पैशांचा प्रश्नच नव्हता. माझ्या राहून गेलेल्या हौसामौजा, कौतुके या वेळी पुरवून घेतली. सपनाला भरपूर साड्या व दागिने घेतले. आजपर्यंत मलाही नव्हता; पण तिला मी हिऱ्यांचा सेटही घेतला. छान लग्न केलं म्हणून सर्वांनी नावाजलं. नवपरिणितांना हनिमूनला नैनितालला पाठवलं. ते दोघे परत येईपर्यंत त्यांच्या लग्नाच्या आठवणी चघळल्या.

लवकरच दोघे परत आले व सुदीप कामावर रुजू झाला. माझी नोकरी चालूच होती. रिटायर व्हायला अजून ७-८ वर्षं बाकी होती. आजवर खूप धावपळ केली. गेली २८ वर्षं संसाराचा हा गाडा यशस्वीपणे पेलला. रोज पहाटे उठून केरवारे, स्वयंपाकपाणी आवरून साडेआठला मी घराबाहेर पडत असे. आमची बँक नऊलाच उघडत असे. थंडी-ऊन-पाऊस यामध्ये एवढी वर्षं धावपळ करून मी थकले होते. पन्नाशी ओलांडली त्या वयाचाही परिणाम असावा. आता संसाराचा भार सपनाला सोपवावा, आपण फक्त देखरेख, मार्गदर्शन करावं व थोडा आराम करावा, असे स्वप्न मी अलीकडे पाहू लागले होते; पण आपण ठरवतो ते सारेच होत नसते! 'जगी सर्व सुखी असा कोण आहे?' असे रामदासांनी उगाच नाही म्हटले!

सुदीपचे लग्न होऊन सहा महिने होऊन गेले तरी माझ्या धावपळीत काहीच फरक पडला नाही. सर्व रोजची कामे मीच करत होते. सपनाला लवकर उठायची सवय नव्हती. ती ८.३०-९ वाजता उठून येईपर्यंत सारी कामे आवरून मी

घराबाहेरही पडत असे. ती संथपणे चहा-पाणी, आंघोळ दीड तास करत असे. तिला कसं सांगावं तेच मला कळत नव्हतं. माझं बघून ती काही शिकेल असं चिन्ह दिसेना, म्हणून मी शेवटी एकदा म्हटलं, ''सपना, घरच्या लक्ष्मीनं सकाळी लवकर उठावं. उन्हं येईपर्यंत असं झोपू नये.''

''उठून काय करायचं?'' ती तिरसटपणे म्हणाली.

''घरात थोडी कामं असतात का? ती आता तू पाहायला हवी.'' मी.

''मला नाही सवय आणि फारसं येतही नाही.'' सपना.

''मग शिकायला नको का? आणि सवय केल्याशिवाय कशी होईल?'' या माझ्या बोलण्यावर ती काही बोलली नाही, पण तिच्यात काही सुधारणाही झाली नाही. माझं मन नाराज झालं याविषयी मी सुदीपशी बोलले तेव्हा तो म्हणाला, ''काय करू मी तरी? वारंवार सांगत असतो पण ती ऐकतच नाही.''

यावर मी काय बोलणार! सपनाचं उशिरापर्यंत लोळणं 'ह्यांच्याही' लक्षात आलं होतं. एरवी कशात लक्ष न घालणारे मला म्हणाले, ''लवकर निजे, लवकर उठे, त्याला धनलक्ष्मी भेटे असं मुलांना शिकवायचीस ते सुनेला सांगितलं नाहीस का? तुझी शिस्त कुठे गेली?''

''त्याचा काही उपयोग नाही. आपल्याकडचं वळण तिला कसं लावावं हेच मला कळत नाही.'' मी वैतागून बोलत होते.

''अशी कशी ऐकत नाही? आताच 'असं चालणार नाही' म्हणून खडसावलं पाहिजे. नाही तर डोक्यावर चढून बसेल ती! मग जड जाईल.''

माझ्या मनात आलं, खरंच, आपण किती वेगळ्या संस्कारात वाढलो! नव्या नवलाईच्या लग्नानंतरच्या दिवसातही सकाळी सहाच्या आत उठत होतो. रात्री कितीही उशिरा झोपलं, तरी उठायचं साडेपाचच्या ठोक्यालाच. सवयच होती तशी. एकदा तब्येत बरी नव्हती म्हणून डोळेच उघडेनात. प्रयत्न करून कशीबशी उठून खाली आले तेव्हा साडेसहा होत आले होते, तेव्हा किती लाजल्यासारखं झालं. सासूबाईंच्या डोळ्याला डोळा देण्याची हिंमत होत नव्हती. माझ्याकडे पाहून त्या म्हणाल्या, ''तुझे डोळे किती लाल झालेत. बरं वाटत नाही का तुला? जा झोप. तरी मला वाटलंच, तुला आज रोजच्यापेक्षा उशीर का झाला? रोज उठतेस. आईने चांगल्या सवयी लावल्यात तुला!''

आईचं कौतुक ऐकून माझा जीव सुपाएवढा झाला. या सपनाला मात्र मी सांगूनही काहीच वाटत नव्हतं. माझ्या एका मैत्रिणीला अशीच सून मिळाली. नऊनंतर उठायची, त्याबद्दल बोलल्यावर त्या सुनेनं तिला खडसावलं, ''नुकतंच

आमचं लग्न झालंय. रात्री जागरणं होतात. तुम्ही समजून घ्यायला पाहिजे.''

ही पिढी धीटच नाही तर निर्लज्जही झाली की काय? आमची काय लग्न झाली नाहीत, की नव्या नवतीच्या रात्री आम्ही रंगवल्या व अनुभवल्या नाहीत! पण असं बोलायला जीभ धजावली असती का? तसं पाहिलं तर उठण्याची बाब तशी क्षुल्लक गोष्ट होती; पण त्यामुळे पुढच्या दिवसाचं टाइम टेबलच फिसकटत होतं. सगळ्याच कामांना उशीर होतो. बारा वाजून गेले तरी कपडे धुतले जात नव्हते. कामवाली बाई तोपर्यंत दोन वेळा येऊन परत जात होती व मग इतर कामे आटोपून ३-४ वाजता येत होती. कंटाळून कपड्यांसाठी वॉशिंगमशीन घेतलं. तर तिला कपडे वाळत घालायचाही कंटाळा येत असे. मीच आल्यावर कपडे वाळत टाकी. वारंवार सांगूनही सपना ऐकत नाही याचा राग येऊ लागला. जेवायला तर ती कधीच आमच्याबरोबर बसत नसे. निदान सुट्टीच्या दिवशी सर्वांनी एकत्र जेवावं हे मी कटाक्षाने पाळत आले, पण तेही तिने धुडकावून लावलं. ''तुम्ही जेवून घ्या, आम्ही नंतर बसू,'' असं ती म्हणे व नंतर बसे. सुरुवातीला सुदीप तिला आतच जेवू असं म्हणून आग्रहाने जेवायला लावत असे. पण नंतर तोही तिचं ऐकू लागला . 'ह्यांना' वेळेवर जेवणाची सवय असल्याने मग आपोआपच चार माणसांमध्ये दोन पंगती होऊ लागल्या.

तिला आमच्या बरोबर जेवायचं नसतं हे लक्षात आलं आणि मग मी त्यांना बोलावणं सोडून दिलं. आमचं जेवण झाल्यावर लगेच दोघे बसत. हलक्या आवाजात गप्पा मारत. हसत तास-दीडतास जेवण चाले. जेवताना तिला थोडाही डिस्टर्ब चालत नसे. रोज पाणी घेऊन बसायचं नाही आणि लागलं की सुदीपच उठून पाणी आणायचा. तिच्या केवळ नजरेच्या इशाऱ्याने चटकन उठून तो तिला पाणी देत असे. त्याच्यामध्ये होत असलेला बदल मला हळूहळू जाणवू लागला. तो आता 'आज्ञाधारक पुत्र' ऐवजी 'आज्ञाधारक पती' बनू लागला. बाहेरून आला की सर्व हकिकत मला सांगण्याची त्याची सवय होती, पण आता ते स्थान बदललं. ऑफिसमधून आल्यावर सारे रिपोर्टिंग तिला होऊ लागले. कदाचित त्याने सांगितले नाही तर ती बारकाईने चौकशी करत असे.

दोघे हळूहळू, आवाजात बोलत. चुकून आम्ही कोणी तिथे गेलो तर चटकन चूप होत. एवढे खाजगी काय बोलत असतील? प्रेमाचं? हल्ली टीव्ही सिनेमामुळे तेवढं एकच प्रेम- आय लव्ह यू म्हणायचं या मुलांना कळतंय त्यापुढे बाकी सारे तुच्छ! कालाय तस्मै नमः! दुसरं काय!

लग्न होऊन सहा महिने झाले तरी 'जैसे थे' हीच स्थिती कायम होती.

मी काही कुरकुर केली तर हे म्हणत, ''जाऊ दे. लाडात वाढलीय माहेरी. त्यामुळे...''

''आम्ही काय त्रासात वाढलो! माहेरी लाड होतातच पण सासरी आल्यावर इथलं शिकून इथल्यासारखं व्हायला नको का!''

''शिकेल हळूहळू अजून लहान आहे.''

''लहान! हा २४-२६ वर्षांचा घोडा लहान आहे? मी लग्न होऊन आले तेव्हा सोळा वर्षांची होते. मला कधी लहान म्हणून नाही वागवलं? माझी नाही कधी दया केली!'' मी उसळून म्हटलं तेव्हा हे गप्प बसले.

दरम्यान माझी आत्या आली. घरातल्या गोष्टींचे बारकाईने निरीक्षण करून दोनच दिवसांत ती म्हणाली, ''मंदा, अजूनही सारी कामे तूच करतेस. सपनावर सोपव आता सारं.''

''तुम्ही पाहिलंत ना, ती जेवणाव्यतिरिक्त स्वयंपाकघरात येतच नाही. तिला स्वयंपाक येत नाही आणि त्याची आवडही नाही. घरकाम, घराची सफाई, घर नीट ठेवणं त्या कशातच तिला रस नाही. फक्त नटणं, हिंडणं-फिरणं पाहिजे.'' मी.

''सर्व कामं करण्यात तुझी किती धावपळ होते. आता जरा विसावा घे आणि पाटावरून ताटावर आणि ताटावरून पाटावर किंवा खाटेवर बसायचं. तू काही सांगितलं नाही तर तिला बरंच झालं की! सून आल्यावर तर तुझ्या कामात वाढच झाली की! खरं सांगू का, सासूपणाही करता आला पाहिजे. तिला स्पष्ट सांगायचं, की संसाराचा गाडा आजवर मी ओढला, आता तू सारं सांभाळ.''

''मी गोडीत हे सांगितलं, हळूहळू तिनं सारं शिकावं आणि मी शेवटची काही वर्षं तरी शांतपणे नोकरी करावी हीच अपेक्षा आहे.''

''म्हणूनच आता तू जरा खमकी हो. नाही तर जन्मभर, उद्या रिटायर झाल्यावरही कामं तुझी पाठ सोडणार नाहीत. आपली सुटका आपणच करून घ्यावी लागते. सपना काही लहान नाही आता! सुदीप कसा तिला बोलत नाही?''

''काय बोलणार! त्याचा स्वभाव नाही तो!'' मी सावरून घेतलं.

कोणी काही म्हटलं तरी मला माझा सुदीप प्रियच होता. तो माझ्यावर अतिशय प्रेम, भक्ती करतो याची मला खात्री होती; पण या विश्वासालाही लवकरच तडा गेला.

आत्याच्या सांगण्यानुसार मी निर्धार करून सपनाला म्हटलं, ''हे बघ

उद्यापासून स्वयंपाकाचं तू बघ. तुला आता यायला पाहिजे. वेळेत स्वयंपाक पाणी करायला शिकलं पाहिजे.''

सपना काही बोलली नाही. आपण आज सासू या पदाला शोभेसं वागलो या आनंदात मी झोपी गेले. नेहमीच्या सवयीने सकाळी लवकर जाग आलीच. कानोसा घेतला तर बाईसाहेब काही उठलेल्या दिसत नव्हत्या. 'ह्यांना' लागतो म्हणून मी दोघांचा चहा केला. आंघोळ वगैरे उरकली. देवपूजा उरकून पेपर वाचत बसले. नऊच्या सुमारास सुदीप खाली आला व म्हणाला ''आई, चहा करतेस का?''

''सपनाला उठव ना!''

''तिला बरं वाटत नाही'', तो म्हणाला.

'' काय होतंय?''

''रात्रीपासून डोकं दुखतय. ॲसिडिटी वाढली असावी.''

काही न बोलता उठून मी कामाला लागले. आधीच उशीर झाला होता. साडेदहाला सपना खाली आली. माणुसकी म्हणून निदान चौकशी करणे भाग होते.

'' कसं वाटतंय आता तुला? बरं आहे ना?''

''मला काय झालं होतं?'' तिनं आश्चर्यानं विचारलं.

''म्हणजे! तुझं डोकं दुखत होतं ना?'' मी.

''बरी आहे की आता! रात्री लवकर झोप लागली नाही म्हणून...'' सपना अडखळत बोलू लागली पण माझे त्याकडे लक्ष नव्हतं. सपनाला बरं नाही हे सुदीप माझ्याशी खोटंच बोलला होता तर! बायकोच्या बचावासाठी प्रत्यक्ष आईशी खोटं! हा माझाच मुलगा ना! आईला विश्रांती मिळावी असं वाटू नये याला! माझं मस्तक भणभणायला लागलं. आणि मग असंच होत गेलं. सपनात काही बदल होत नसला तरी सुदीपमध्ये प्रचंड परिवर्तन होऊ लागलं.

'लग्नानंतर हल्लीची मुलं आईवडिलांची राहत नाही, तर बायकोची होतात. आईने पंचवीस वर्षं केलेले संस्कार नष्ट करायला पत्नीला पंचवीस महिनेही लागत नाहीत.' असं कुठे तरी वाचलेलं आता आठवत होतं. माझा सुदीप श्रावण किंवा श्याम राहिला नव्हता. असले नवरे आत्ताच्या मुलींना नको असतात. त्यांना आईबापाच्या ताटाखालचे मांजर असं त्या मानतात व त्यांना आपल्या ताटाखालचे मांजर बनवतात. सपना तर यात कुशल होती. तिला सोडून तो मित्राबरोबर नाटक, सिनेमा किंवा फिरायला व हॉटेलात कोठेही गेलेला तिला

चालत नसे. ती लगेच रुसून बसे. फक्त तिच्याबरोबरच त्याने राहावे अशी तिची अपेक्षा असल्यामुळे त्याचे सारे मित्रही दुरावले. ''किसीके इतने पास हो के सबसे दूर हो गये'' अशी त्याची स्थिती झाली. तो फक्त माझा अशी तिची भावना होती. ती त्याच्यावर पूर्ण हक्क गाजवत असे आणि तोही तिचा प्रत्येक शब्द झेलत असे.

ती बोलून मोहवण्यात पटाईत होती. मी एवढी भाषातज्ज्ञ, पण मलाही कधीकधी तिच्या शब्दांचे गूढ कळत नसे. तेवढी पर्स देता का? किंवा फिरायला जायचं का? यासारखी तिची वाक्ये प्रश्नार्थी नसून आज्ञार्थी असतात हे लवकरच माझ्या लक्षात आलं. कितीही थकून आला असला तरी तिनं म्हटलं की तो उठून तिच्याबरोबर फिरायला जात असे, तिने सांगितलेलं काम चटकन करत असे. मला कधी कधी त्याची दया येई; पण तो तिला घाबरून असतो हे पाहून मला चीड येई. रात्री माडीवर जाताना तेवढा पाण्याचा तांब्या घेता का? अशी गर्भित आज्ञा तो पालन करत असे. तेव्हा माझा मुलगा पुरता नंदीबैल झाला आहे हे कळून चुकले. आमच्याशी बोलायलाही त्याला वेळ नसे. ''स्कूटर वाजली, आला कळतो, स्कूटर वाजली गेला कळतो'' अशी आमची अवस्था झाली होती. तो आमच्याशी बोलत बसला तर तेही तिला आवडत नसावं. त्यामुळे तो खाली बसला तर टीव्ही पाहत बसे किंवा झोप आली, डोकं दुखतयं अशी काही तरी कारणे सांगून वर निघून जाई. नंतर त्या दोघांच्या बोलण्याचा आवाज उशिरापर्यंत येई.

त्या दिवशी तर कहरच झाला. सकाळी लवकर सपनाच्या आईचा फोन आला. तो मी घेतला. माझ्याशी काही बोलायचं सोडून परक्यासारखं त्यांनी विचारलं, ''सपना आहे का?''

''उठली नाही अजून! बोलावू का?'' मी विचारलं.

''नको झोपू दे. आज तिचा वाढदिवस म्हणून शुभेच्छा द्यायला फोन केला. मी पुन्हा नंतर फोन करीन,'' असे म्हणून त्यांनी फोन ठेवून दिला.

आज सपनाचा वाढदिवस असल्याचे दोघेही बोलले नव्हते. तरीच काल सुदीप मित्राला उद्या मी रजेवर आहे असे सांगत होता. त्यांनी काही तरी कार्यक्रम आखलाच असेल तरी आपणही इथला तिचा पहिला वाढदिवस म्हणून काही करावं असं मी ठरवलं. ह्यांना गुलाबजाम आणायला सांगितले. नेहमीच्या दुकानदाराला फोन करून जांभळ्या रंगाची नारायणपेठ साडी पाठवण्यास सांगितलं.

साईचं ताक करून ताजं लोणी काढलं. मैदा आणवला. सपना उठून चहा घ्यायला स्वयंपाकघरात आली तेव्हा माझी तयारी पाहून तिनं विचारलं, ''काय करताय?''

''आज तुझा वाढदिवस आहे ना! आईचा फोन मघाशी आला तेव्हा कळलं. म्हटलं, केक करावा. मला छान करता येतो बरं का!''

काही न बोलता सपना वर गेली. माझ्या मनात आलं, उशिरा उठली आणि आता पुन्हा बेडरूम गाठलं. पण काय बोलायचं! त्यातून आज तर नकोच. पाच मिनिटांनी खाली येऊन तिनं स्टीलचा डबा माझ्यापुढे ठेवला. ''यात काय आहे?'' मी विचारलं.

''रात्री बारा वाजताच सुदीपनं बेडरूममध्ये मला केक कापायला लावला. तुमच्यासाठी चार-पाच तुकडे आहेत यात!''

कोणी तरी खाडकन मुस्काडीत मारावं तसं मला झालं. तळपायाची आग मस्तकात गेली. घरात इनमिन चार माणसं आणि आम्हाला सामील करून न घेता बेडरूममध्येच केक कापून वाढदिवस साजरा करायला यांना काहीच वाटलं नाही! गुपचूप केक आणला, कधी वर नेला, कधी काय केलं एका घरात असूनही आम्हाला कळू दिलं नाही. घर म्हणजे काय लॉजिंग-बोर्डिंग आहे असं वाटले यांना? सुदीपनं एवढं बायकोवेडं व्हावं! ही कोण महाराणी जन्मली! विचार करून माझं डोकं अधिकाधिक तापायला लागलं. मी मैदा फ्रीजमध्ये टाकला. लोणी कढवून टाकलं. माझ्या साऱ्या अपेक्षा, उत्साह सारं सारं जणू वितळून गेलं. नंतर दुकानातून आलेली साडी मोलकरणीकडून वर पाठवली. थोड्या वेळानं दोघं नटूनथटून 'आम्ही बाहेरच फिरून जेऊन येतो' असं सांगून निघून गेले. त्यांच्या कोणत्याच प्रोग्रॅममध्ये आम्ही दोघे कधीच नसतो. मला काही बोलावंसंच वाटत नव्हतं. माझा उदास चेहरा पाहून ह्यांनी विचारलं, ''काय झालं ग?'' माझ्या मनात धुमसणारा संताप मी त्यांना सांगून टाकला. तेव्हा एक सुस्कारा सोडत 'हे' म्हणाले, ''हे असचं होणार होतं. गेल्या काही दिवसांत तो तिला किती डोक्यावर घेतोय हे पाहतेस ना! ती मग मिरे वाटल्याशिवाय राहील का?''

''जशी काय जगात ह्यालाच बायको मिळाली आहे.'' मी धुसफुसले.

''तुला फार देखणी सून करायची होती ना! ही सुमार रूपाची आहे तर हा इतका पागल झालाय. सौंदर्यवती असती तर काय झालं असतं?''

''जोरु का गुलाम! दुसरे काय!''

खरंच सपनात असं काय विशेष होतं, की त्यानं इतकं वेडावून जावं! कामावरून आला की तिच्या बरोबर गप्पा, हिंडणं-फिरणं तरीसुद्धा तिचा चेहरा सदान् कदा हुप्पच! तिचे नातेवाईक आले, की कंपनी म्हणून त्यांच्याबरोबर राहायला सुदीप वेळ काढत असे; पण आमच्यासाठी थोडासा वेळ काढावा त्याला वाटत नव्हतं. एवढा सहस्रकाचा मानकरी ठरलेला अभिनयपटू अमिताभ बच्चन मुंबईत असला की त्याच्या आईवडलांसाठी एक तास राखून ठेवतो म्हणे! सुदीप काय इतका बिझी असतो! आपलं नशीब! दुसरं काय!

एके दिवशी मी सुदीपला म्हटलं, ''अरे, उद्या दिवाळी, निदान उद्या तरी लवकर उठायला सांग तिला. गजर तूच लावतोस ना?''

''रोज पहाटे चारलाच उठायचं का?'' सुदीपच्या या बोलण्यानं मला धक्काच बसला. टचकन डोळ्यात पाणीच आलं. कधीही एक शब्द उलटून न बोलणारा हा मुलगा सपनाने इतका बदलला? तरीही मी म्हटलं, ''असं कसं बोलतोस तू! मला नऊला जावं लागतं आता. दगदग होत नाही. ह्यांनाही असं नऊपर्यंत झोपलेलं चालत नाही. 'हे' मलाच ओरडतात की तू तिला सांगत नाहीस! पण ती माझं ऐकत नाही. आमच्यापेक्षा तूच हे सांगणं बरं! त्याऐवजी तूही आम्हाला बोलतोस!''

माझ्या डोळ्यात पाणी पाहून तो नरमला व म्हणाला, '' मी काही म्हणायला गेलो की ती रडायलाच लागते. मी आईबाप सोडून इथं आले तर मला आधार द्यायचा सोडून तूही बोलतोस असं म्हणते. काय करू सांग!''

''ती माहेर सोडून आली आणि मी काय माहेर घेऊन आले! आपल्या देशातील सगळ्याच मुली लग्नानंतर आईबाप सोडून सासरी येतात.'' मी.

मी स्वतःशीच चिडत होते, पण परिस्थितीत बदल होत नव्हता. सुदीप दिवसेंदिवस जास्त तिच्या आधीन होत होता. माझे कष्ट पाहून त्याला माझी दया येत नव्हती. माझ्या अश्रूंची त्याला किंमत नव्हती. फक्त तिला कसे खूश ठेवता येईल एवढेच तो पाहत होता.

अलीकडे मीच स्वतःची सुटका करून घेतली. स्वयंपाक करणे सोडून दिले. डबा न घेताच आम्ही दोघेही घराबाहेर पडू लागलो. बाहेरच काही तरी खायचे. ते आवडत नव्हते, पण कसेतरी उदरभरण तरी होत होते. निदान सुदीपला तरी वेळेवर डबा देईल व सवय होईल असे वाटले; पण तोही अनेकदा डबा न घेताच निघून जाई. पण तिला एक शब्द बोलत नसे. सुट्टीच्या दिवशी तर दीड वाजेपर्यंत स्वयंपाक होत नसे. इतकी वर्षं मी सारे बिनबोभाट करत होते

त्याचे कौतुक हे आता नेहमी बोलून दाखवू लागले. दुपारी चहा हवा असेल तर दोघे मलाच सांगत होते. तिला सांगण्याची हिंमत कोणाला नव्हती. ती ऐकणार नाही, करणार नाही हे दोघांनी गृहीतच धरलं होतं. सुदीप स्वतः तिला चहा करून देत असे. समानतेचा जमाना आहे, असे सून म्हणते. निर्लज्जपणे आयता चहा पिते असे मी ह्यांना म्हटलं, ''सुदीपची तरी कमालच आहे. किती तिच्या आधीन व्हावं! 'तू जो बोले हाँ तो हाँ, तू जो बोले ना तो ना' किंवा ' तुम दिनको अगर रात कहो रात कहेंगे' असं वागणं आहे त्याचं.''

''अगं, तसं करणं त्याला भाग आहे. नाही तर...'' ते थांबले.

''नाही तर काय?'' मी उत्सुकतेने विचारलं.

''तिने रात्री अंगाला हात लावू दिला नाही म्हणजे! बाईसाहेब, या वयात सेक्स हा प्रभावी घटक असतो. त्यामुळे बायका नवऱ्याकडून काहीही करून घेऊ शकतात.''

''पूर्वी नव्हता का हा घटक? तुम्ही नाही माझ्या ताब्यात राहिलात?'' मी.

यावर फक्त हसून हे निघून गेले. खरंच सेक्स इतका प्रभावी असतो की इतर नात्यांचा विसर पडावा! सपना हीच आता सुदीपचं सर्वस्व होती. नेपोलियन म्हणत असे, एका पारड्यात आई व दुसऱ्या पारड्यात सारे विश्व घातले तर आईचेच पारडे जड होईल. पण सुदीप बायकोचे पारडे भारी ठरवेल असे वाटू लागले. हाच का आई या विषयावर रेडिओवर भाषण देणारा सुदीप! दर महिन्याला पगार झाला, की तो आता सपनाच्या हवाली करत होता. आईला पगार आणून देणारा किंवा आईने फडाफडा मुस्काडीत मारल्या तरी गप्प राहणारा मुलगा आता फक्त सिनेमातच पाहायला मिळणार.

मध्यंतरी सुदीप ऑफिसच्या कामासाठी बंगलोरला गेला तेव्हा रोज सपनाला फोन करून तासन् तास तिच्याशी बोलत असे व सारे रिपोर्टिंग करत असे. येताना तिला दोन आणि मला एक साडी घेऊन आला. आईपेक्षा तिच्यावर काकणभर जास्त प्रेम आहे हेच जणू त्यातून सुचवत होता. कितीही नाही म्हटलं तरी अशा प्रसंगीही मन तुलना करत होते आणि जिच्यामुळे आपला मुलगा दुरावला तिच्याबद्दल दिवसेंदिवस राग वाढतच होता. तिचं उलटं बोलणं सहन होत नव्हतं. हे माझं मन समजू शकत नव्हते. काही सांगायला गेलं की म्हणत, ''तुला दुसरा विषय नाही का?'' पण माझ्या दृष्टीने हा महत्त्वाचा विषय होता. सुनेविषयी मी पाहिलेल्या स्वप्नांचा चक्काचूर झाला होता. मला नम्र,

मर्यादशील, कोणीही कौतुक करील अशी सून हवी होती. पण सपना उद्धट, बॉयकट केलेली, ड्रेसच घालणार म्हणून मनमानी करणारी माझ्या नशिबी आली होती. माझ्या अपेक्षेसारख्या किती तरी मुली आजूबाजूला सुना म्हणून आल्या होत्या. आजही सुसंस्कारी व सुस्वभावी मुली आहेत; पण माझ्या पूर्वसंचितामुळे मी दुःखी झाले होते. सुदीपच्या लग्नाचा वाढदिवस होता त्या दिवशी मी जरासुद्धा उत्साह दाखवला नाही. पुन्हा मागच्या अनुभवासारखा उत्साहभंग व्हायला नको. नाही तरी त्यांच्या लग्नाचा वाढदिवस म्हणजे माझ्या दुःखाचा वर्धापनदिन व सुखाचा अंत होता.

आता सपनाला दिवस गेले. तिच्या कौतुकाचा उत्साहही मला उरला नव्हता. माझे मनच उतरले होते. पुन्हा सर्व स्वयंपाक, कामे मी करू लागले. आईने सपनाला फक्त पुस्तकी शिक्षण दिले होते. संसारोपयोगी काही शिकवले नव्हते. सपनाचं उलटं बोलणं अती झालं, तेव्हा तिच्या आईला मी त्याबद्दल बोलले. ती आईने ताकीद दिल्यावर तरी सुधारेल असे मला वाटले. पण झाले उलटेच! सपना लाडात वाढलीय, लहान आहे, समजून घ्या. तिला शिकवा असे भाषण मलाच ऐकावे लागले. माझ्या बहिणीच्या मुलीच्या सासरहून काही तक्रार आली; तेव्हा बहिणीने आपल्या मुलीला खडसावले होते. ''खबरदार तक्रार आली तर! ते सांगतील तसे नीट वाग. सासरच्यांना दुःख द्यायला तुला पाठवले नाही. त्यांना सुखी कर. मी तुला पाठीशी घालणार नाही.'' पण इथं सगळा उलटा मामला होता. तिची आई शिकवत होती, ''तुला वाटेल ते करत जा. बोलल्या तर दुर्लक्ष कर. स्वयंपाकात काही चूक काढली तर तुम्हीच करा मग, असं सांगायचं.'' त्या दिवशी मी अचानक घरी आले तेव्हा हे ऐकले. अशा आईची मुलगी काय सुधारणार! शक्यच नाही.

अलीकडे मी एका महिला मंडळात नाव नोंदवलं होतं. घर आणि नोकरी या जंजाळातून वेगळं काही करायला आजवर जमलं नव्हतं. आणखी काही वर्षांनंतर रिटायर झाल्यावर वेळ जाण्याची ही तरतूद होती. माझ्या मैत्रिणी मला केव्हाच्या बोलवत होत्या. जरा वेगळ्या विषयात मन रमेल म्हणून मी तिथं जाऊ लागले. एके दिवशी गप्पांच्या ओघात सुनांचा विषय तिथे निघाला. बहुतेकींचा सूर माझ्यासारखा होता. एकजण म्हणाली, ''आपला जमाना गेला आता! पहाटेपासून रात्रीपर्यंत आपण काम करत असू. आताच्या मुलींना काम नको. आळशी नुसत्या! बाहेरून विकत आणणे व हॉटेलात खाणे वाढले आहे. मुलं सुनांना घाबरतात. शिरवाडकरांनी त्यांच्या 'नटसम्राट' या नाटकात

म्हटल्याप्रमाणे ते बायकांनी कमरेला खोचलेले रुमाल झालेत. त्यांना गुंडाळण्यात या पोरी एक्सपर्ट आहेत.''

''आमच्याकडे वेगळाच प्रॉब्लेम आहे. सून नोकरी करते. त्यामुळे घरकामातून सुटका नाही. आधी आपली मुलं मोठी झाली, आता त्यांची सांभाळायची. या वयात मुलांच्या मागे धावणं होत नाही. सुट्टीच्या दिवशीही मी अडकलेलीच. कारण त्यांना फिरायला, सिनेमाला जायचं असतं. माझ्या मुलालाही माझी दया येत नाही. त्यांना मोकळं फिरायला मिळावं म्हणून मुलं घरी ठेवण्याचा त्यांचा आग्रह असतो. कारमधून जातात तरी मुलं आपल्या डोक्यावर! नातवंड म्हणून मलाही त्यांचं प्रेम असलं तरी प्रेमानं कधी कधी जवळ घेणं वेगळं नि कायमचं सांभाळणं निराळं.'' अनुताई हे सांगताना रडकुंडीला आल्या होत्या.

''सरळ मुलं घेऊन जा म्हणून सांगत जा. मुलांचं करायचं नसलं तर जन्माला तरी का घालतात? तरी बरं हल्ली एक किंवा दोनच मुलं असतात. पूर्वीसारखी ह्यांना ८-१० मुलं असती तर काय केलं असतं.''

''हल्लीचे नवरेच बुळे झालेत. कुठं बाहेर गेलं तर मुलं त्यांच्या कडेवरच असतात व बायका पर्स हलवत ठुमकत फिरत असतात.''

''मी माझ्या अनुभवानं सांगते की शहाण्यांनी मुलाची बेडरूम माडीवर करू नये. बेडरूम म्हटलं तर फक्त रात्री झोपायला तिथं जायचं. पण आता कामापुरतं खाली येऊन सुना सारखी बेडरूम गाठतात. सुट्टीच्या दिवशी दुपारी सुद्धा दारं बंद करून झोपतात. काही ताळतंत्रच राहिला नाही. मोठ्या माणसाची मर्यादा राखणंच नाही. सर्वांसमोर अगदी सहज नवऱ्याच्या शेजारी चिकटून बसतात. काही बोललं तर वाईटपणा येतो. आधीच सासू हे नातं बदनाम आहे. बेडरूमला टॉयलेट अटॅच मुळीच असू नये. आंघोळ वगैरे उरकून दहा वाजता खाली येतात, तोपर्यंत चहा-पाणी, पाहुण्यांची सरबराई सासूलाच करावी लागते.'' मंगलाताई पोटतिडकीने बोलत होत्या.

''लग्नाच्या वेळी आत्ताच्या मुली वयानं मोठ्या असतात. त्या दुसऱ्या घरात अॅडजेस्ट होणं जरा कठीणच असतं. सासरी दुधात साखर विरघळावी असं मिसळून जाण्याऐवजी दुधात मिठाचा खडा पडावा तसे त्या सासरचे वातावरण नासवून टाकतात. आपल्या मुलांना आईवडिलांपासून तोडतात. एकेक उदाहरणं ऐकली की मनाचा थरकाप उडतो. सून आली की चार सुखाचे दिवस दिसतील अशी अपेक्षा असते. पण दुःखाला प्रारंभ होतो. लक्ष्मी म्हणून जिला घरात

आणावं ती आपल्याला वनवास घडवते. मुलाचं लग्न करताना लोक आता घाबरू लागले आहेत. मध्यरात्री मुला-सुनांनी ८० वर्षांच्या आईला घराबाहेर काढलं अशी बातमी परवा पेपरमध्ये आली होती. त्या आईला धन्य वाटलं असेल नाही! अशानं लोक मुलेच होऊ देणार नाहीत. त्यापेक्षा निपुत्रिक राहून जगणं बरं!''

''पाश्चात्त्य देशात आणि आपल्यात फारसा फरक राहिला नाही. मुलांना जन्मदाते नकोसे झाले, त्यांच्यासाठी वेळ नाही. आपले तारुण्य मुलांच्या खस्ता काढण्यात घालवायचं. जेव्हा त्यांच्या आधाराची अपेक्षा असते तेव्हा ती दुःख, मनस्ताप देतात. म्हातारपणाची काठी आधार देत नाही तर बडवते.'' चंद्राताई म्हणाल्या.

''माझ्या मुलाचं लग्न होऊन बारा वर्षं झाली. या काळात सून सुधारली नाही, तर आम्हीच बिघडलो. द. मा. मिरासदारांच्या व्यंकूची शिकवणी या कथेसारखी गत झाली. ती आठ वाजता उठते तर मी तरी लवकर कशाला उठू म्हणून मीच उशिरा उठू लागले. आवर्जून पूर्वी सारं घरी करत होते. ते सोडून आता बाहेरून आणू लागले. हॉटेलात जेवायला जाऊ लागले. फोनवर मैत्रिणींशी खूप गप्पा मारू लागले.'' सगळ्या हसल्या.

मीनाताई म्हणाल्या, ''जमानाच बदलला आहे.''

''बदलला नाही, बिघडलाय म्हणा! माणसं, घर, नातेसंबंध हे सारं तेच आहे ना! पण आता फक्त बायको या नात्यालाच महत्त्व आलंय.'' मंडळात साफसफाईसाठी असलेल्या हौसाबाई म्हणाल्या, ''मी जरा बोलू काय?''

''हो हो. जरूर!'' आम्ही साऱ्या एका सुरात म्हणालो.

''गरीब असो की शिरमंत, शिकलेली असो की अडाणी, खेड्यात-शहरात सगळीकडेच आज हा प्रश्न आहे. पण मी म्हणत्ये, सुनेला- त्या लोकाच्या पोरीला का दोष द्यायचा? आपली पोरंच लग्नानंतर आपली राहत नाहीत. बायकोचे आईवडील त्यांना आपले वाटू लागतात. तिने कान भरले की जन्म दात्यांमध्ये दोष दिसायला लागतात. ती आपल्या आईवडिलांचे महत्त्व वाढवते आणि हा आपल्या आईवडिलांनाच कमी लेखतो. त्यांच्याविषयी त्याला अभिमान, प्रेम राहत नाही. याचा ती फायदा घेते. मुलगा जर चांगला खमका असेल तर सुनेची हिंमत आहे का त्यांचा अपमान करण्याची! त्याने मान ठेवला तर तीही मान ठेवेल, ऐकेल. माझ्या घरी पाहा, मी महाराणी आहे. मुलानं लग्नानंतर पहिल्याच दिवशी सुनेला बजावलं, की आईनं खूप कष्ट केलेत. तिला काही काम

सांगायचं नाही. सगळं तू करायचं, तिला उलट बोलायचं नाही, मी तिचं ऐकतो तसं तूही ऐकायचं. नाही तर माहेरचा रस्ता धरावा लागेल. त्यामुळे ती दबूनच असते. मला उन्हातनं गेलं की धावत येऊन पाण्याचा ग्लास देते. वेळच्या वेळी जेवायला वाढते. संध्याकाळी पाय चेपते. पोर चांगली आहे. पण त्याचं श्रेय माझ्या पोराला आहे. मी खूश असल्याने तोही तिच्यावर खूश आहे.''

आम्ही साऱ्या थक्क होऊन ऐकत होतो. सुखी जीवनाचं खरं मर्म हौसाबाईला कळलं होतं. आम्ही शिकलेल्या, आधुनिक विचारांच्या; पण भिडस्त स्वभाव व सुशिक्षितपणा यामुळे दुःख भोगत होतो. माझा सुदीप असाच असता तर सपनाची न ऐकण्याची व असं वागण्याची हिंमत झाली असती का? तिच्यापुढे तो नरम पडत होता. ती माहेरी निघून जाईल म्हणून तो घाबरत होता का? तिला घरात हक्क हवेत पण कर्तव्य करायला नको! नटवी, आळशी सपना एखाद्या शोकेसमध्ये शोभेची वस्तू म्हणून ठेवायच्या कामाची होती. सुदीपला खोटे-नाटे सांगून ती त्याचे कान भरत असल्यामुळे अलीकडे तो माझ्याशी पूर्वीसारखा नीट मोकळेपणाने बोलत नव्हता. 'वज्राघात' कादंबरीतील मेहरुन्निसाला तिचा पुत्र रणमस्तखान नूरजहानमुळे दुरावला तेव्हा तिला झालेले दुःख मी स्वतः अनुभवत होते, आपली खात्रीची माणसे फितूर झाल्यावर होणाऱ्या यातना भोगत होते. याचा अंत काय होणार? कितीही नाही म्हटलं तरी बोलण्याचे प्रसंग घडत होते.

त्या दिवशी साडेआठला सुदीप-सपना बाहेर निघाले तेव्हा मी विचारले, ''यावेळी कुठं निघालात?''

''घरचं खाऊन कंटाळा आलाय म्हणून हॉटेलात जेवायला निघालो.'' सुदीप.

''अरे मग हे आधी सांगायचं नाही का? केलेला स्वयंपाक वाया जाईल. आज मी तुझ्या आवडीच्या ओल्या नारळाच्या करंज्या केल्यात.''

''त्या खाऊ उद्या!'' सपना.

''अगं पण आज अमावस्या आहे. तुला चवथा महिना लागलाय तेव्हा रात्रीचं...''

''त्याला काय होतयं? तुझं आपलं काही तरीच! कोणत्या युगात आहेस तू! अंधश्रद्धा नुसती! काही नाही होत! आम्ही येतो लवकर.'' सुदीप सपनाच्या चेहऱ्याकडे पाहत चटकन म्हणाला आणि दोघे बाहेर पडले.

मी हतबुद्ध होऊन पाहत राहिले. अलीकडे बाहेर जाताना दोघे कधी

विचारून जात नव्हते. अगदी चपला घालून निघाले, की कोठे तरी निघाल्याचे कळत असे. म्हणून अमुक ठिकाणी जाऊन येतो असं मनात असलं तर सांगत, नाही तर ते पण नाही. याविषयी मी ह्यांच्याशी बोलले तेव्हा हे म्हणाले, ''विचारल्यावर तू नाही म्हटलंस तर पंचाईत होईल. विचारल्यावर नकाराची शक्यता असते. तुझी अवज्ञा केल्यानं तुला वाईट वाटेल त्यासाठी हा मार्ग निवडलाय त्यांनी. तू कशाला मनाला लावून घेतेस?''

ह्यांची पण कमालच आहे. त्याचीच बाजू सावरायला बघतात. मला या साऱ्याचा मनस्ताप होत होता. सुनीताजवळ मन मोकळं केलं तेव्हा सुस्कारा सोडून ती म्हणाली, ''घरोघरी त्याच परी! तोंडाला कुलुप घालावं हेच बरं! आमची ऐश्वर्या तर आता परागला मलाच बोलायला लावते. तिचेच शब्द तो बोलतो. एवढी शिकली पण तिला स्वच्छता माहीत नाही. महिना महिना स्वतःची खोली झाडत नाही. सगळ्या कामाला नोकर ठेवलेत आता! मी तरी किती दिवस करू! घरात नुसता पसारा असतो, पण तिला काही बोलण्याचे धाडस त्याच्यात नाही. मला बोलण्याइतका धीट मात्र झालाय. या वयात ती अशी आळशी आहे. पुढे काय होणार? हे म्हणतात, तुला होईल तेवढे कर. नाही तर गप्प बस. चुकीची सून निवडली त्याची शिक्षा भोगायची, काही उपाय नाही. आपणच भ्यायची वेळ आली आहे.''

''आज एकविसाव्या शतकातही स्त्रीच्या स्थितीत फरक नाही.'' लहानपणी पिता, तरुणपणी पती व म्हातारपणी पुत्र यांच्या ताब्यात त्यांना घाबरून राहावं लागतं. यात कधी बदल होणार?''

''त्याचं काही चिन्हं दिसत नाही. आपलीच मुलं आवाज चढवून आपल्याशी बोलतात; तेव्हा असल्या मुलाला आपण जन्माला घातलं याचा पश्चात्ताप होतो. तोंड घट्ट मिटून बसायचं. स्वतःला मनस्ताप करून घेऊन आपली प्रकृती बिघडवून घ्यायची नाही.''

''अगं पण नाही बोललं तर घराचं वळण बिघडतं, बोलावं तर वाईटपणा येतो. धरलं तर चावतं आणि सोडलं तर पळतं यातून काही तरी मार्ग काढला पाहिजे.''

''आपण काही करू शकत नाही. नाही तरी आपलं वळण राहिलंय कुठं? या पोरी ऐकत नाहीत आणि उगाच सासू हे नाव बदनाम झालं.''

तो विषय तेथेच थांबला. दुसऱ्या दिवशी बँकेत ह्यांचा फोन आला, ''आज हाफ डे काढून लवकर घरी येता येईल का?''

''का हो काय झालं?'' मी जरा घाबरून विचारलं.

''घरी आल्यावर तुला सांगतो.'' असं म्हणून ह्यांनी फोन ठेवून दिला.

मी जरा काळजीतच घरी आले. सपना सकाळीच मैत्रिणीकडे गेली होती. ह्यांचा गंभीर चेहरा पाहून मी घाबरत विचारलं, ''काय झालं?''

''आज सुदीपनं फ्लॅट पाहिल्याचं सांगितलं.''

''म्हणजे?'' मी धसकून उद्‌गारले.

''तो वेगळा रहाणार आहे.''

''का?''

''तू फार जाच करतेस असं सपना म्हणते. हे करू नका, ते करा. असं सारखं तुझं चालतं म्हणून ते कंटाळले आहेत. तरी मी तुला दुर्लक्ष कर असं सांगत होतो. पण...''

''अहो, पण मी काही चुकीचं सांगत होते का? काय जाच केला मी? त्याच्या बायकोला शिव्या दिल्या की मारलं की माहेरातून पैसे आणायला सांगितलं? फक्त सकाळी लवकर ऊठ, घरकाम करत जा असं म्हटलं. गोडीगुलाबीनं सांगूनही ती ऐकत नाही याचा मलाच त्रास झाला. आपल्या अपेक्षांप्रमाणे ती वागली असती तर बोलायला काय मला वेड लागलंय! आणि बोलण्याचा राग येतो तर माणसानं बोलण्याची वेळ का आणावी! परवा स्वाभिमानाबद्दल बोलत होती, पण स्वाभिमान कोठे बाळगावा ते तरी कळावं ना! आईबापापुढे स्वाभिमान! या दोन वर्षात त्याला बायकोला सुधारता आलं नाही. मी शिकवू पाहत होते तर ती शिकली नाहीच; उलट माझ्याविषयी त्याच्या कानात गरळ ओतलं. ज्याचं आईवर एवढं प्रेम होतं त्याला शत्रू बनवलं. त्यांना राजाराणींना वेगळं राहायचं, पण मला दोषी-कारणीभूत ठरवून हे त्यांना करायचंय.'' मी ओक्साबोक्शी रडू लागले.

थोडा वेळ समजूत घालण्याचा प्रयत्न करून हे टीव्हीच्या बातम्या लावून बसले. आज माझी समजूत पटणं शक्य नव्हतं. दिवसभर मी रडत होते. आपलं घर आदर्श बनवावं, चारचौघींनी आपल्या सुनेलाही चांगलं म्हणावं म्हणून धडपडले होते. पण आज हरले होते. सुदीपला आता वेगळं राहायचं होतं. याचा अर्थ त्याला आमच्याविषयी काही वाटत नव्हतं. आम्हाला सोडून तो राहू शकत होता, पण तिला सोडून नाही. त्यामुळे तिला खूश करण्यासाठी हे घर सोडून जाणार होता. माझं त्याच्यावरचं प्रेम एकतर्फीच होतं. त्याला काहीच अर्थ नव्हता. माझं प्रेम त्याच्यावर, पण त्याचं प्रेम सपनावर! हा बिनपायाचा त्रिकोण

होता. दोन रेषा कधीच जुळणार नव्हत्या. मी हताश झाले.

घर असावे घरासारखे, नकोत नुसत्या भिंती

तिथे असावा प्रेम जिव्हाळा, नकोत नुसती नाती.

आमचे घर आता घरासारखे राहिले नव्हते. खरंच, या एकत्र राहण्याला काय अर्थ होता? सुदीप आमचा राहिला नव्हता. कधी दोन घटका जवळ येऊन बसत नव्हता, बरोबर जेवत नव्हता की कुठे येत नव्हता. एका घरात सारे राहत होतो एवढंच. मनानं तो कधीच वेगळा झाला होता. थोड्या वेळाने आत येऊन ह्यांनी विचारलं, ''मग काय सांगायचं त्याला? संध्याकाळी नवं घर बघायला बोलावलंय.''

''मला नाही यायचं. तुम्ही जा हवं तर! ज्या घरात मी कधीच जाणार नाही ते कशाला पाहायचं? खुशाल जा म्हणावं त्याला. नाही तरी मी म्हटलं म्हणून तो थोडाच थांबणार आहे. यांना आपलं बंधन नको. त्यांच्या मर्जीनुसार वागायला मिळालं तरच राहू अशी ही धमकी आहे. वेगळं राहायचा विचार त्याच्या मनात ज्या क्षणी आला, तेव्हाच त्याचं आपल्याशी असलेलं नातं तुटलं-संपलं. मी त्याला जन्म दिला आहे तेव्हा हे घर सोडून जा असे स्वतःच्या तोंडाने सांगणार नाही. येण्या-जाण्यासाठी या घराची दारं त्याला खुली आहेत. त्याचा त्यानं निर्णय घेतलाच आहे. वृद्धत्वाचा आधार म्हणून स्वार्थासाठी ज्यांना आपल्याबद्दल प्रेम नाही अशी मुलं जवळ राहण्याचा हट्ट का धरायचा?'' मुलाचं लग्न लावून वाजत गाजत घरात आपण दुःख व आपला शत्रू आणतो हा विचार मनात खदखदत होता.

पुढचे दोन दिवस असेच वाईट गेले. कशातही लक्ष लागत नव्हते. 'ह्यांनी' सुदीपला काय सांगितलं कोण जाणे! पण तो माझी नजर टाळत होता. सुनीता मला ओढून मंडळात घेऊन गेली. तेथून आल्यावर मी 'ह्यांना' विचारलं, ''आमच्या मंडळाची ट्रीप चालली आहे. मी जाऊ का?''

''कोठे जाणार आहे?''

''काशी-रामेश्वर अशी पंधरा-सोळा दिवसांची ट्रीप आहे. सुनीता जाऊ या म्हणते.''

''जा मग.'' हे पटकन म्हणाले.

गेल्या काही दिवसांतील माझी मनःस्थिती त्यांना माहीत होती. मला जरा बदल होईल, मनःशांती मिळेल असं त्यांना वाटलं असावं. एरवी मी कुठं जायचं म्हटलं, की ह्यांचा नकार असतो; पण आता त्यांनी परवानगी दिली. तयारी

करून जेव्हा मी निघाले तेव्हाही मला कोणाशी बोलावंसंच वाटत नव्हतं. माझा चेहरा पाहून 'हे' म्हणाले, ''किती विचार करतेस! रात्री झोपेतही रडत असतेस. 'आलीया भोगासी, असावे सादर' असं म्हणून स्वीकार करायचा. सारं विसरून ट्रीप एंजॉय करून ये.''

पण असं झालं नाही. बेचैन जीवाला चैन कोठेही नाही हेच खरं! घरात जे झालं त्याचे विचार पाठ सोडत नव्हते. समवयस्क मैत्रिणी मोकळेपणाने आपली सुख दुःखे बोलत होत्या. प्रत्येकीला काही ना काही दुःख होते. कोणाला कमी तर कोणाला जास्त! मुलं-सुना ऐकत नाहीत, आपलाच अपमान करतात ही अनेकींची तक्रार होती. हल्लीच्या मुलींना त्यांच्या आया मर्यादेनं राहावं, उलटं बोलू नये यासारखे जुने संस्कार देत नाहीत. सासरी आपलेच चालवतात. सासरच्यांनाच त्यांच्याशी ॲडजेस्ट करून घ्यावं लागतं. हल्ली कायद्यानंही संरक्षण दिलयं. त्यामुळे पोलिसात जाऊन तुरुंगवासाची शिक्षा देववण्याची धमकी अनेक ठिकाणी दिली जाते, त्याला भ्यायचं. मी माझ्या मुलीला दीपालीला सुसंस्कार दिले होते. स्वयंपाक, घरकाम शिकवलं होतं. सासरी गेल्यावर घरात ज्याचा मान त्याला दिला, की संघर्ष टळतो हे शिकवलं होतं. तिच्या सासरकडून कधी तक्रार आली नव्हती. रोज सकाळी लवकर उठून सर्व घरकाम ती स्वतः करत असे. सर्वांच्या आवडीनिवडी जाणून त्यानुसार स्वयंपाक करत असे. वृद्ध आजी, सासू-सासरे यांची सेवाही तिने केली. 'तिच्या रूपाने आम्हाला रत्न-साक्षात लक्ष्मी मिळाली' असे ते म्हणत तेव्हा मी कृतार्थ होत असे. अशा मुलांची संख्या आता कमी होतेय असं वाटतं.

मधुरा म्हणाली, ''मुलांकडून काही अपेक्षा ठेवू नये हेच बरं. म्हणजे अपेक्षाभंगाचे दुःखही होत नाही. मी तेच करते. त्यामुळे एखादे दिवशी बाहेर निघताना मुलानं मी स्कूटरवर सोडतो असं म्हटलं की अनपेक्षित आनंद होतो. आपण थकलेले-दमलेले असताना एखादी व्यक्ती अचानक लिफ्ट देते तेव्हा जसे मन सुखावते तसे होते. असाच आनंद प्रत्येक बाबतीत मानायचा. आपण आपल्या मुलावर हक्क आहे असे मानतो व अपेक्षा ठेवतो. पण मुलांनाही तसं वाटलं पाहिजे ना! मुलांना लहानाचं मोठं करताना जीव लावतो तो त्याच्या लग्नानंतर एकदम कसा निघेल! पंख आले की पक्षी उडून जातात. त्यांना मागे वळून घरटे व जन्मदाते यांच्याकडे पहावंसंही वाटत नाही याचंच दुःख होतं. पण ते पचवायला शिकलं पाहिजे.''

माझ्या मनात आलं, पशुपक्षी आणि माणसं यांच्यात काहीच फरक नाही

का? माणसाला भावना असतात म्हणूनच यातना होतात ना! पण अपेक्षा ठेवू नये हेच खरं! प्रेमाच्या बदल्यात प्रेमच मिळेल असे नाही. मी सुदीपला फार जीव लावला म्हणूनच त्याच्यात झालेला बदल मला त्रासदायक झाला. माझ्या घरात नवीन काहीच घडलं नाही. सध्या आजूबाजूला जे घडतंय तेच झालं. त्यात जगावेगळं काही नाही. किती तरी मुलं वेगळी राहत आहेत, पण माझं मन ते स्वीकारत नाही. मी दीपालीकडून काही अपेक्षा करते का? तिचं कन्यादान करून पाठवणी केली. आता ती जेव्हा सुट्टीत व कारण प्रसंगाने येते तेव्हा मला आनंद होतो. अधून मधून तिला फोन करून तिची खुशाली जाणून घेते. बस्स एवढंच! कधी तिच्या घरी गेले तर तिच्या सासूशी गप्पागोष्टी करते, त्यांच्याजवळच झोपते. आपण काही वावगं शिकवलं असं वाटू नये.

सुदीपच्या बाबतीत माझं मन जरा जास्तच गुंतलं. तो मोठा झाल्यावर काय काय सुख देईल, याची स्वप्ने पाहिली; पण ती सर्व भंगली याचं दुःख असह्य झालं. आता आपल्या मनातील आईची माया बाजूला ठेवायची. त्यानं भूक लागली असं म्हटलं की जीव कळवळू द्यायचा नाही, त्याची बायको बघेल असं म्हणून त्रयस्थासारखं गप्प बसायचं. त्याला बरं नसेल तेव्हा तो म्हणेल तेवढंच करायचं. त्याच्यात अडकलेला जीव सोडवून घ्यायचा ही अवघड बाब आहे पण अशक्य नाही.

गंगा नदीच्या काठावर उभी असताना या विचारांनी माझ्या मनात खळबळ माजवली होती. तिन्हीसांजेची वेळ होती. गंगेचा प्रवाह संथपणे वाहत होता. काठावरच दिवे विकत बसलेल्या एका बाईकडून दिवे घेऊन मी गंगेच्या पाण्यात सोडले. खाली वाकून ओंजळीत गंगेचं पाणी घेतलं आणि शांतपणे 'पुत्रदान' करत अर्घ्य सोडलं. दुसऱ्याच क्षणी माझ्या डोळ्यातलं पाणी गंगेत मिसळून गेलं.

■

फिनिक्स

■

आता काय करावं काही सुचत नव्हतं. विचार करकरून डोकं नुसतं भन्न झालं होतं. जिथं आपल्या हातात काही नाही, आपण काही करू शकत नाही अशा वेळी हतबल होणं या शब्दाचा खरा अर्थ कळतो. गेला आठवडाभर मी केवळ नुसते हात चोळत बसलो होतो. आस्मानी संकटापुढे कोणाचं कधी काय चाललं आहे! 'बिहारचे अश्रू' म्हणवल्या जाणाऱ्या कोसी नदीने बिहारवासीयांच्या डोळ्यांत अक्षरशः पाणी आणलं होतं. पुरामुळे सगळीकडे पाणीच पाणी झालं होतं. रोरावत वाहणारे नदीच्या पुराचे पाणी आणि त्यातून वाचण्यासाठी पूरग्रस्तांची चाललेली धडपड हेच चित्र पुराचा सर्वाधिक फटका बसलेल्या सुपौल, सहारिया, आरसिया, मधेपुरा, पूर्णिया व खगरिया या सहा जिल्ह्यांत दिसत होतं. क्षणाक्षणाला रौद्र रूप धारण करणाऱ्या पुराच्या पाण्यातून लोकांना सुरक्षित ठिकाणी हलवण्याचं काम सुरू होतं. जगातील सर्वांत मोठे संकटकालीन मदतकार्य करण्यासाठी प्रशासन सज्ज झालं होतं.

मी मुळातला महाराष्ट्रीयन असलो तरी central railway मध्ये नोकरी करत असल्याने चार वर्षांपासून बिहारला स्थायिक झालो होतो. त्यामुळे जणू कोणी बोलावल्यासारखा येथे आलो होतो. 'खुदा जब देता है तो छप्पर फाड के देता है' असं म्हणतात, त्याप्रमाणे संकट कधी एकच येत नाही, चोहोबाजूंनी अनेक संकटे येतात हे आता अनुभवत होतो. बिहारच्या उत्तरेला असलेल्या कोसी

नदीवर नेपाळमध्ये बांधण्यात आलेले धरण फुटल्याने पुराच्या पाण्याचा लोंढा नदीच्या पात्रात घुसला व त्याने नदीच्या किनाऱ्याला उद्‌ध्वस्त केले. नदीने प्रवाह बदलला व ती २५० वर्षांपूर्वी ज्या भागातून वाहत होती तशीच आता वाहू लागली. त्यामुळे या भागातील सर्व नागरी वस्त्यांना त्या पुराचा फटका बसला.

५-६ दिवसांपूर्वीच मला जेव्हा पुराची बातमी कळली तेव्हा धावतच मी घरी आलो. साठी ओलांडलेले माझे आई-वडील घरी होते. त्यातच सध्या पहिल्या बाळंतपणासाठी आलेली माझी बहीण येथे होती. त्यांची जबाबदारी माझ्यावरच होती. आमचं घर नदीपासून जवळच होतं. मी घरी पोचलो तेव्हा इतर माणसांबरोबर माझे आईबाबा व उषाताई बाहेरच उभे होते. घरातील कोणत्याही मौल्यवान, निर्जीव वस्तूंच्या मोहात न पडता आईने सर्वांचे गरजेपुरते कपडे व होते तेवढे पैसे एका पिशवीत कोंबून बरोबर घेतले होते. पाळलेल्या गबऱ्या कुत्र्याची साखळी सोडून त्याला मुक्त केले होते. मला पाहताच आई म्हणाली, ''बरं झालं तू लगेच आलास. आम्ही तुझीच चिंता करत होतो. चल आता कोठे आसरा मिळतो का ते पाहू.''

आम्ही सारेच चिंब भिजलो होतो. त्यामुळे कपडे अंगाला चिकटून बसले होते. थंडी वाजत होती. आई व उषाताई गारठून गेल्या होत्या. पाऊस पडतच होता.'पाणीच पाणी चहूकडे' दिसत होतं. मदत करणाऱ्या पथकानं आम्हाला नावेतून सुरक्षित ठिकाणी नेऊन पोचवलं. तिथं नुसती गर्दी होती. निर्वासितांच्या छावणीचं स्वरूप त्याला आलं होतं. सगळीकडे गजबजाट होता. ओले कपडे बदलून आम्ही कोरडे कपडे घातले. जीव वाचला याचाच मोठा आनंद होत होता. 'देवालाच आपली काळजी बाबा!' म्हणत आईने आकाशाकडे पाहून हात जोडले. मी सर्वांना धीर देत होतो पण मनातून हबकलो होतो. पुराच्या पाण्यात आमचं घर, त्यातील सामान वाहून गेलं असावं, तशाच आमच्या आशाआकांक्षाही वाहून चालल्या होत्या. आम्ही काही फार श्रीमंत नव्हतो. कर्ज काढून बांधलेलं स्वतःचं छोटंसं घर होतं. बाबांची पेन्शन व माझा पगार यात प्रापंचिक गरजा भागत होत्या. आई-बाबा समाधानात होते. सारं सुरळीत चाललेलं असताना अचानक हे संकट उद्‌भवलं होतं. त्यामुळे पार भुईसपाट झाल्यासारखं वाटत होतं.

कोसी नदीवर नेपाळमध्ये असलेल्या बंधाऱ्याला भगदाड पडल्याने बिहारच्या गावागावात वेगाने पाणी शिरले होते. सलग बारा दिवस कोसी नदी प्रचंड नुकसान

करत वाहत असल्याने बिहारची दुर्दशा झाली होती. लष्कराच्या जवानांप्रमाणेच राज्यसरकारही पूरग्रस्तांना सुरक्षित स्थळी हलवण्यासाठी प्रयत्नांची पराकाष्ठा करत होते. सुमारे अडीच लाख लोकांना सुरक्षित जागी नेण्यात आलं होतं. पूरग्रस्तांपुढे जीवनमरणाचा प्रश्न उपस्थित झाला होता. अनेकांना राहण्यासाठी घर नसल्याने मोकळ्या जागेत राहावे लागत होते. तेथे साप, विंचू दंश करत होते. तेथे एका जवळ रेडिओ होता. त्यावर सतत बातम्या सांगितल्या जात होत्या त्या ऐकून पुढील माहिती मिळाली.

- गेल्या पन्नास वर्षांत असा पूर आला नव्हता. ५५ लाखांपेक्षा जास्त लोकांना पुराचा फटका बसला होता. २५ लाख लोक बेघर झाले. पुरात बळी गेलेल्यांची संख्या ७५ च्या वर होती. अनधिकृत संख्या त्यापेक्षा जास्त होती व त्यात अजूनही भर पडतच होती. पूर्णिया, सुपौल, सहरसा, मधेपुरा व अररिया जिल्ह्यातील ६५ किलोमीटर लांबीचा राष्ट्रीय महामार्ग व अनेक गावांतील रस्ते पूर्णपणे वाहून गेले होते. सुमारे २ लाख ४७ हजार हेक्टर जमिनीवरील गहू, तांदूळ व इतर पिके नष्ट झाली होती. राज्यातील १५ जिल्हे पुराच्या तडाख्यात सापडले, सुमारे अडीच लाख घरे जमीनदोस्त झाली. दुभती जनावरे वाहून गेली, बेपत्ता झाली. डोळ्यांदेखत होणारा हा संहार पाहून अनेकजण रडत होते. सतत पडणाऱ्या पावसामुळे स्थिती चिंताजनक झाली.

हे सारे कधी संपणार, याच्या विवंचनेत सारी मिळेल त्या जागी राहिली होती. पूरग्रस्तांच्या मदतीसाठी सरकारने ३०० मदत शिबिरे उभारली होती. अनेक ठिकाणांहून अनेक बातम्या येत होत्या. अनेक भागांशी संपर्क होऊ शकत नव्हता. आम्ही त्यातच होतो. लोकांना अनेक दिवसांपासून अन्न न मिळाल्याने त्यांचा अन्नासाठी संघर्ष चालू होता. मदत घेऊन येणाऱ्या हॅलिकॉप्टरखाली पळणाऱ्या लोकांच्या रांगा ठिकठिकाणी दिसत होत्या. एका मुलाच्या अंगावर हेलिकॉप्टरमधून टाकलेले पाकीट पडल्याने तो मरण पावला तर सुपौलमध्ये अन्नाची पाकिटे घेताना झालेल्या दंगलीत कित्येकजण जखमी झाले. सुमारे चारशे नौकांच्या साहाय्याने बचावकार्य सुरू होते. आणखी नौकांची गरज होती. आम्ही नुसत्या या बातम्या ऐकूनच थरथरत होतो. आपण सुदैवी म्हणून वाचलो या भावनेने एकमेकांना धरून ठेवत ईश्वराचे आभार मानत होतो.

चार-पाच दिवस डोळ्याला डोळा लागला नाही. भोवती संकटाने फेर धरल्यामुळे झोप लागणे शक्य नव्हते. तेथे लाईटही नव्हते. मिणमिणत्या कंदिलाच्या उजेडात फारच भयाण वाटत होते. पण शेवटी शरीरच ते! एवढ्या दिवसांच्या जागरणाने व सततच्या चिंतेने थकून गेल्याने मी सतरंजीवर आडवा

झालो व विचार करत असतानाच कधी तरी झोप लागली. किती वेळ गेला कोणास ठाऊक! दचकून जागा झालो तेव्हा आई हाका मारत होती. ''महेशऽ महेश, ऊठ चटकन!''

मी डोळे चोळतच उठलो. आईकडं पाहिलं. ती घाबरलेली दिसत होती. मी विचारलं, ''काय झालं गं?''

''अरे, उषाच्या पोटात दुखायला लागलं आहे. डॉक्टरकडे न्यावं लागेल.''

''आत्ता! रात्रीचे दीड वाजलेत. अशा स्थितीत कोण भेटणार?'' मीही घाबरलो होतो. पाऊस अद्याप थांबला नव्हता. कोपलेला निसर्ग शांत झाला नव्हता. सगळीकडे नदीसारखे पाणी पसरले होते. वायरी तुटल्या, विजेचे खांब पडले त्यामुळे उजेड नव्हता. फोन बंद पडल्याने संपर्क साधण्याचे काही साधन हाती नव्हते. काय करावं हा प्रश्नच होता. तरीही आईला दिलासा देण्यासाठी मी म्हटलं, ''घाबरू नका तुम्ही. आपण काही तरी करू या. तू सांभाळ. मी काही होतेय का ते पाहतो.''

मिणमिणत्या प्रकाशात मी पाहिलं. उषाताईचा चेहरा वेदनेनं पिळवटला होता. तरीही ओठ घट्ट मिटून ती यातना सहन करत होती. तिच्याकडे पाहवत नव्हतं. एरवी माझी ताई खूप सोशिक होतीपण या वेदना असह्य असाव्या. मी त्या मदतकेंद्रात सगळीकडे फिरून चौकशी केली. पण प्रसूती करवणारे कोणी नव्हते. बरेच जण तर झोपले होते. केंद्रात दोन डॉक्टर होते पण ते नुकतेच एम. बी. बी. एस. झालेले शिकाऊ होते. त्यांना अनुभव नव्हता. त्यात प्रसूतितज्ज्ञ कोणी नव्हते. आम्ही अशा केसेस हाताळल्या नाहीत, असे ते म्हणत होते. अशांकडे ताईची जबाबदारी सोपवणे हे जोखमीचे होते. त्यांनी ताईला तात्पुरते काही औषध दिले. ताईच्या पोटातील बाळ आडवे आले असून केस डिफिकल्ट झाली असल्याचे त्यांनी सांगितले. पुराने आधीच आम्ही घाबरलो होतो, त्यात हे आणखी संकट उभे राहिले. आई व ताई रडायला लागल्या. ताईचा चेहरा घामाने थबथबला होता. आईने काही बायकांना उठवले. अनेकजणी शिकलेल्या होत्या. अगदी डबल ग्रॅज्युएट होत्या, पण कोणालाही बाळंतपण करण्याचे ज्ञान नव्हते. डॉक्टर आणि स्त्रिया तेथे असूनही त्यांचा आता काही उपयोग नव्हता. आमच्या शिक्षणात स्पेशलायझेशन केले तरच सध्या चालू शकते. शिकणाऱ्या सर्वांना अन्य महत्त्वाच्या विषयांचे आवश्यक ज्ञान का देऊ नये? मी विचार करत होतो. ताई अडली होती आणि तिला शक्य तेवढ्या लवकर सोडवणे गरजेचे होते. तेथे कोणी काही करू शकत नाही म्हटल्यावर मी बाबांना म्हणालो,

''मी नावेतून जाऊन कोणी डॉक्टर मिळतो का ते पाहतो. तोपर्यंत तुम्ही व आई उषाताईकडे पाहा. जमलं तर कोणाची मदत मिळते का ते पाहा. मी आलोच.''

''अरे पण, तू जाऊन डॉक्टर शोधणार, या रात्रीच्या वेळी कोण डॉक्टर भेटणार? त्यांना घेऊन इथे आल्यावर उपचार करणार. कदाचित ताईचे ऑपरेशन करावे लागणार असेल तर इथे सामग्री आहे का? पुन्हा हिलाच न्यावे लागणार. त्यात वेळ जाणार. त्यापेक्षा तिलाच घेऊन जाऊ या.'' बाबा.

''तुम्ही इथेच थांबा. या पावसात अंधारात कोठे येता? ताईला न्यायचं जमेल का ते पाहतो.'' असं म्हणून मी ताईकडे गेलो. ती भिंतीला टेकून बसली होती. तिचा त्रास वाढला असावा. कारण आता कण्हण्याबरोबर ती रडत होती. मधूनच कंबरेवर हात ठेवून ''आई गऽ'' असं केविलवाण्या स्वरात म्हणत होती. मला तिच्या यातना पाहणंसुद्धा सहन होत नव्हतं. पण येथे काहीच होणं शक्य नसल्यानं तिला कोणत्या तरी प्रसूतितज्ज्ञ डॉक्टरांकडे नेणं भाग होतं. मी धावपळ करून एक कंदील मिळवला. पेट्रोमॅक्सची गरज तेथेच अधिक असल्यानं मिळणं शक्य नव्हतं. एक बॅटरी मिळाली पण तिच्यातले सेल संपत आले होते तरी 'असू दे' म्हणून खिशात घातली आणि सरकारने मदतीसाठी पाठवलेल्या नौकेतून जावं म्हणून निघालो. दाराशीच एकानं ''एवढ्या रात्री कुठं चालला?'' म्हणून हटकलं तेव्हा त्याला माझी निकड सांगितली. तो म्हणाला, ''ते पलीकडे झोपलेत ना ते एका नौकेतून दहा-पंधराजण सुरक्षित ठिकाणी येत होते, तेव्हा नदीच्या मध्यभागी आल्यावर नावाड्याने प्रत्येकाकडून तीन हजार रुपये मागितले नाही तर नौका सोडून जाण्याची धमकी दिली. तेव्हा जीव वाचवण्यासाठी त्यांना दोन किलोमीटरच्या अंतरासाठी तीन हजार रुपये द्यावे लागले. तुम्ही पैसे घेतलेत ना पुरेसे बरोबर?''

कोसी नदीचे रौद्ररूप अनुभवणाऱ्या बिहारला आता माणसाच्या रूपातील पशुंचेही दर्शन घडत होते. निसर्गाशी लढायचं की संकटातील अगतिकतेचा गैरफायदा घेणाऱ्या मानवी गिधाडांशी, अशा दुहेरी कात्रीत लोक सापडले होते. सगळे होत्याचे नव्हते झाले. लाखो नागरिकांची राहती घरे, जमीनजुमला, मालमत्ता पुराने गिळंकृत करून टाकली. या संकटाचा गैरफायदा घ्यायला टपलेल्या नराधमांनी या अडचणीची स्वतःसाठी सुवर्णसंधी करून जगल्या वाचलेल्यांचा जीव नकोसा करून टाकला होता. हाताशी लागेल ते घेऊन जीव वाचवण्यासाठी वाट फुटेल तिकडे पळणाऱ्या नागरिकांना लुटणे, अडवणूक करून कित्येकपट

जास्त भाडे उकळणे असे टाळूवरचे लोणी खाण्याचे प्रकार सुरू होते. गरजू लोक मातीमोल भावाने मालमत्ता विकत घेत होते. आदल्या वर्षी दहा हजारांना घेतलेली म्हैस एकाने अवघ्या पाचशे रुपयांना विकली. हे माहीत असल्याने मी पैसे खिशात ठेवून निघालो. मदतकार्य अगदीच अपुरे होते. माणसे व पाळीव प्राणी यांना एकाच ठिकाणी बसून खावे लागत होते. रोगराई, प्रदूषण, विषबाधा यांचा धोका होताच. उषाताईला दोन्ही बाजूंनी आई-बाबांनी धरून बाहेरपर्यंत आणायचं ठरवलं. नुकताच जरा आराम करायला पडलेल्या एका नावाड्याला मी उठवले. तो थोड्या नाराजीनेच उठला. आत्ताच्या आत्ता ताईला डॉक्टरकडे नेणे कसे आवश्यक आहे हे मी त्याला सांगितले. परिस्थितीचे गांभीर्य त्याच्याही लक्षात आले. त्याने काहीही अडवणूक न करता येण्याची तयारी दाखवली. अजूनही माणुसकी काही माणसांमध्ये होती तर! संकटाच्या सागरात कोरडा पाषाणही द्रवला होता. मी मनोमन देवाचे आभार मानले. त्यातल्या त्यात योग्य व बरी जागा पाहून ताईला नावेत बसवले. आईने तिची अलाबला घेतली. पुढे काय व कसे होणार, हे कोणालाच ठाऊक नव्हते. बाबा म्हणाले, ''सारे नीट करून सुखरूप लवकर ये रे बाबा!''

अपुऱ्या प्रकाशात आमची नौका निघाली. वरून पाऊस पडतच होता. ताईच्या डोक्यावर ताडपत्री धरली. ती वेदनेनं व्याकूळ झाली होती. मधूनच विव्हळत, रडत होती. मी तिला धीर देत होतो. माझ्या मनात आलं, भगवान श्रीकृष्णाचा जन्म अशाच पावसात-पुरात आला होता. पुढे त्याने गोकुळाला तारले. ताईच्या पोटी येणारे बाळ असेच अलौकिक असेल काय? देव आमची आणखी किती परीक्षा घेणार!

अंदाजाने नावाडी नाव हाकत होता. मी माझ्या विचारात पूर्ण बुडालो होतो. त्याने कोठे तरी नाव काठाला लावली आणि म्हणाला, ''अंधारात काही दिसत नाही पण येथे बरीच वस्ती आहे. आपण काही होतेय का पाहू या.''

मी ताईला उतरायला सांगितले. ती आता चांगलीच अवघडली होती. आमच्या हाताला धरून ती कशीबशी उभी राहिली. तिला जवळ जवळ उचलूनच आम्ही नावेबाहेर काढले. नावाड्याच्या हातात आतापर्यंत जपलेला कंदील होता. सुदैवाने तो अजून विझला नव्हता. नावाडी ताईला म्हणाला, ''थोडा धीर धरा. जरा बळ एकवटून चालण्याचा प्रयत्न करा. फर्लांगभर गेल्यावर एखादं घर सापडेल.''

पण ताई इतकी थकली होती की तिच्याने पाऊलही टाकवत नव्हतं. ती

रडतच म्हणाली, ''आता सोसवत नाही रे महेश! माझं बळ संपलं. माझ्याबरोबर तुमचाही जीव धोक्यात आलाय. मी काही आता जगत नाही. मला येथेच सोडून जा तुम्ही! काय व्हायचं ते होऊ दे माझं.''

ताई वैतागली होती. तिची सहनशक्ती संपुष्टात आली होती. मी क्षणभर तिच्याकडे पाहिलं व दुसऱ्याच क्षणी तिला उचलून माझ्या दोन्ही हातावर घेतलं व म्हटलं, ''तू माझ्या गळ्यात हात टाक. मी नेतो तुला. देव काही एवढा निष्ठूर नाही.'' आणि पाण्यातून झपाझपा चालण्याचा प्रयत्न करू लागलो. ताई दोन जीवांची, त्यात कपडे भिजलेले त्यामुळे जड झाली होती. ते ओझं घेऊन चालणं मलाही जड जात होतं. पण कोणत्या तरी अनामिक इच्छाशक्तीच्या बळावर मी पुढे चाललो होतो. ती मधूनच काही बोलत होती तिकडे माझं लक्ष नव्हतं. तोंडाने मी आता गुरूमहाराजांच्या नावाचा जप सुरू केला होता. आठवेल त्या देवाचा धावा करत होतो.

लवकरच एक घर दिसलं. बाहेरच ताईला बसवलं आणि कोणताही शिष्टाचार न पाळता दारावर थापा देण्याचा भडिमार सुरू केला. पावसात एवढ्या रात्री कोण आलं म्हणून आतली माणसंही दचकली, घाबरली असतील. दोनच मिनिटांत कोणी तरी दार उघडलं व विचारलं, ''कोण आहे?''

साधारण पन्नाशीच्या आसपास असलेल्या त्या माणसानं दार थोडंसंच उघडलं होतं. मी घाईघाईने त्याला ताईची स्थिती सांगितली व जवळपास एखादा डॉक्टर आहे का याची चौकशी केली. त्या माणसाला आमची दया आली असावी तो म्हणाला, ''सुमारे मैलभर अंतरावर एक प्रसूतीतज्ज्ञ डॉक्टर राहतात खरे, पण तुम्ही या अंधारात व पावसात यांना घेऊन कसे जाणार?''

''इथपर्यंत आलो तसेच! तुम्ही नक्की त्यांचं घर कोठे आहे ते सांगा.''

त्याने सविस्तर सारे सांगितले. ताईला आतून पाणी आणून प्यायला दिले व मला मोठी टॉर्च दिली व म्हटले, ''हिच्या उजेडात तुम्हाला रस्ता स्पष्ट दिसेल. तुम्हालाही जपलं पाहिजे. पाण्यात जिवाणू फिरताहेत. काही चावलं तर...''

मी त्यांचे आभार मानले. तेवढ्यात ताई म्हणाली, ''मला तर आता उठताही येणार नाही. माझ्यात अजिबात ताकद नाही. मी इथेच मरते आता!''

माझ्या अंगावर सर्रकन काटाच आला. तिची अगतिकता मला कळत होती. अजून मैलभर चालायचे होते. मी पण अगदी दमून गेलो होतो. तिला घेऊन, उचलून एवढे अंतर कसे जाणार? आता तर क्षण न् क्षण महत्त्वाचा होता. मी क्षणार्धात निर्णय घेतला. पळतच जाऊन डॉक्टरचे घर शोधायचे व त्याला घेऊन त्याचे काही वाहन-गाडी असल्यास ते घेऊन येऊन ताईला घेऊन जायचे.

मी त्या गृहस्थांना म्हटले, ''मी डॉक्टरांना घेऊन येतो. तोपर्यंत ताईला येथेच राहू द्या. मी तुमचे उपकार जन्मात विसरणार नाही.''

''हिची नका काळजी करू. येथे ही सुरक्षित आहे. प्रसंगाला उपयोगी पडायचं नाही तर केव्हा? माझ्या बहिणीसाठी मी काही केलंच असतंच ना! जा आता.''

विचार करायला वेळच नव्हता. देवाच्या भरवशावर ताईला तेथेच सोडून मी टॉर्च घेऊन धावत सुटलो. नावाडी माझ्याबरोबर होताच. थोड्याच वेळात आम्ही डॉक्टरांच्या दारात पोचलो. टॉर्चचा उजेड टाकून मी दारावरची पाटी वाचली, 'डॉ. प्रकाश पाटणकर.'

त्या गृहस्थांनी पत्ता बरोबर सांगितल्याने प्रसूतीतज्ज्ञ डॉक्टरांचे घर कोणालाही न विचारता सापडले होते. लाईट नसल्याने कॉलबेल वाजणार नव्हती. मी दारावर थापा मारू लागलो. नावाडी 'डॉक्टरसाबऽ' अशा हाका मारू लागला. मला एक एक क्षण युगासारखा वाटत होता.

पाचच मिनिटांत आतून कोणी तरी कडी काढल्याचा आवाज आला. दार उघडले नाही तोच मी ''डॉक्टर आहेत का?'' विचारले. दारातील तरुणाने कपाळाला आठ्या घालतच ''काय आहे?'' असे त्रासून विचारले. मी म्हटलं, ''येथे कोणी डॉक्टर आहे ना?''

तो काही उत्तर देणार एवढ्यात आतून ''कोण आहे रे?'' असे विचारत सुमारे ४०-४५ वयाचे गृहस्थ बाहेर आले. मी चटकन, ''आपणच डॉक्टर आहात का?''

''हो. एवढ्या रात्री काय...''

त्यांना बोलू न देताच मी म्हटलं, ''माझी ताई पहिलटकरीण आहे. तिच्या पोटात दुखतंय. चला लवकर आमच्याबरोबर.''

''आत्ता? या पावसात अंधारात कोठे जायचं! त्यांनाच घेऊन या.''

''ती येण्याच्या अवस्थेत नाही. बहुधा मूल आडवं आलंय. त्यामुळे...''

''पण गेले काही दिवस सतत जागरणे, पेशंट यांनी मी थकून गेलोय मलाच बरं वाटत नाही. मी काय करणार?''

''अहो, असं काय करता? चार तास वणवण करून मी येथवर आलोय. बाळंतपणाचा एकही डॉक्टर मिळत नाही. ताई वेदनेनं तळमळते आहे. प्लीज. चला ना. आपण तुमचीच गाडी घेऊन येऊ. तिची सुटका करा. मी माझ्या कातड्याचे जोडे करून घालीन...''

पण मी कितीही हातापाया पडलो तरी डॉक्टर यायला तयार झाले नाहीत. असाहाय्य होऊन माझ्या डोळ्यांतून अश्रू वाहू लागले पण डॉक्टरांचे पाषाणहृदय द्रवले नाही. ''मलाच बरे नाही. इतरांचं करत मीच मरू का?'' असे ते वैतागून म्हणाले. माझ्या विनवण्याचा त्यांच्यावर काहीही परिणाम झाला नाही. प्रत्येक क्षण मोलाचा होता. शेवटी मी त्यांना म्हटलं, ''कसंही करून मी तिला घेऊन येतो तोपर्यंत ऑपरेशनची तयारी करा. गरज पडली तर ऑपरेशनची वेळ जायला नको.''

''बघू.'' असं म्हणत त्यांनी दार बंद केलं. जणू माझ्या आशेचे दरवाजे बंद झाले. आत तो तरुण म्हणत होता, ''रात्र, पाऊस, अंधार कशाचा विचार लोक करत नाहीत. डॉक्टरला स्वतःचं आयुष्य आहे की नाही! त्याला आराम नको का!''

हे सारं मला ऐकू आलं. डोके सुन्न झालं. सेवावृत्तीनं करण्याचा हा डॉक्टरी पेशा! गरजूंना त्यांच्या ज्ञानाचा उपयोग होणार नसेल तर हा पेशा स्वीकारलाच कशाला? जन्माला येणारे बाळ रात्र-दिवस, वेळ-काळ पाहून जन्म घेते का? त्याला या जगात येण्याचा हक्क आहे ना! ताईच्या जीवनमरणाचा प्रश्न आहे आणि डॉक्टर आपल्या किरकोळ आजाराचं निमित्त करून कर्तव्य टाळतात हे योग्य आहे का? आता मी ताईला इथवर कसा आणू? तोपर्यंत काय होईल, या विचारांनी माझं डोकं फुटायची पाळी आली, पण दगडावर डोकं आपटून काय फायदा! पायात मणामणाच्या बेड्या पडल्यासारखे माझे पाय जड झाले होते. मी पाय ओढत कसा तरी चालत होतो. आतापर्यंत केलेली धावपळ निष्फळ झाल्याने निराश झालो होतो. आता ताईला, आईबाबांना काय व कसं सांगायचं? ताईची सुटका कशी होणार? नऊ महिन्यांचा सोसलेला त्रास वाया जाणार का?

''अहो, ते बघा,'' आतापर्यंत माझ्याबरोबर निमूटपणे चालणारा नावाडी म्हणाला आणि मी त्या दिशेला पाहिलं. ताईला जेथे सोडले त्या घरापर्यंत आम्ही पोचलो होतो. त्या घरात बराच उजेड दिसत होता. बहुधा ४-५ कंदील लावले असतील. आत चाललेली धावपळ जाणवत होती. धावतच जाऊन मी दारावर थाप मारली. क्षणार्धात दार उघडले. मघाचे गृहस्थ दारात उभे होते. त्यांचा चेहरा आनंदाने फुलला होता. मी अधिरतेने विचारलं, ''माझी ताई.. कशी आहे ती?''

''या. आत या. बसा येथे जरा!''

पण भिजल्यामुळे मी उभाच राहिलो. माझ्या अंगावरून पाणी निथळत होतं. या गृहस्थांच्या आनंदाचं कारण मला कळत नव्हतं तेवढ्यात ते म्हणाले, ''अभिनंदन! तुम्ही मामा झालात.''

''म्हणजे?'' मी उद्गारलो.

''तुमच्या ताईला मुलगा झाला.''

''काय?'' इतक्या वेळच्या मनावरच्या ताणाला आणखी नवा धक्का! त्या गृहस्थांच्या शब्दांचा अर्थ मेंदूपर्यंत पोचायला जरा वेळ लागला.

''ही साखर खाऊन तोंड गोड करा.'' त्यांनी माझ्या हातावर साखर ठेवली.

''पण मूल आडवं आल्यानं ताई..'' मला बोलू न देता ते म्हणाले, ''आश्चर्य वाटलं ना! अहो, तुम्ही गेल्यावर आम्ही ताईला धरून कसं तरी आत आणलं. तिचं वेदनेनं ओरडणं ऐकवत नव्हतं. आणि आमच्या हिला आठवलं की मागच्या झोपडपट्टीत एक सुईण रहाते. आता या पावसात ती व तिचे घर आहे की नाही ही शंका होतीच; पण पाहू तरी प्रयत्न करून म्हणून मी तेथे गेलो. सुदैवाने ती होती. तिला हाका मारून उठवलं व सारं सांगून आणलं. बाई अडलीय म्हटल्यावर ती लगेच निघाली. ताईला पाहिलं आणि तिच्या पोटावरून अशा कौशल्याने ती हात फिरवत राहिली, की आडवं मूल सरळ होऊन योग्य मार्गाला लागलं व दहा मिनिटांत ताईची सुटका झाली. पुत्ररत्न जन्माला आलं.''

माझ्या डोळ्यांतून आता आनंदाश्रू वाहू लागले. मी त्या गृहस्थांचे पाय धरले. त्यावर अश्रूंनी अभिषेक केला. माझ्या मस्तकावर हात थोपटत ते म्हणाले, ''आत जाऊन ताईला भेटा बरं! ती पण रडते आहे.''

मी धावतच आत गेलो. ती सुईण निघून गेली होती. गोरेगोमटे इवलेसे बाळ ताईच्या कुशीत शांत झोपले होते. ताईने क्लांत होऊन डोळे मिटले होते. तिच्या चेहऱ्यावरचा थकवा, वेदना ओसरल्या होत्या व समाधान पसरले होते.

गेले ८-१० दिवस पुराच्या पाण्याने विध्वंस मांडला होता, पण त्यातूनच नवनिर्मिती होते. भस्मसात झालेल्या राखेतून पुन्हा नवी भरारी घेणाऱ्या फिनिक्स पक्ष्याप्रमाणे उभारी घ्यायची असते. वेदना-यातनांच्या अथांग सागर वावटळीत भिरभिरणाऱ्या ताईच्या कुशीत नवा जीव जन्मला होता. कोसी नदीच्या या प्रलयातून पुन्हा नवनिर्मित बिहार नक्कीच आकाराला येईल, याची मला आता खात्री वाटत होती.

■

यूज अँड थ्रो

■

श्रावण महिन्यात दरवर्षीप्रमाणे घरी सत्यनारायणाची पूजा करण्याचे बेत चालले होते. यंदा जरा जास्तच उत्साह होता, कारण जानकीबाईंची सून दीपा गृहलक्ष्मी होऊन या घरात आली होती. चार महिन्यांपूर्वीच सुनीलचं तिच्याशी लग्न झालं होतं. आपल्या एकुलत्या एक सुनेचं जानकीबाईंना फार कौतुक होतं. सत्यनारायणाच्या निमित्ताने नातेवाईक व सर्व परिचितांना बोलवण्याचा त्यांनी बेत केला होता. निमंत्रितांची यादी वाढतच होती. तीनशेच्यावर आकडा गेला. आलेल्या माणसांना अल्पोपहार व कोल्ड्रिंक द्यायचे ठरले होते. लाडू वगैरे आदल्या दिवशीच करून घ्यायचे होते. पदार्थ करण्याची काहीच खटपट नव्हती. एकदम बरेच लोक आले तर डिशेस कशा पुरणार, कोठून आणायच्या, याचा विचार चालला होता. तेव्हा दीपा चटकन म्हणाली, "दुसऱ्यांकडून कशाला आणायच्या? डिशेस, ग्लास व चमचे मिळतात हल्ली! त्याच आणू या. लोकांकडून डिश आणा, प्रोग्रॅमनंतर धुवा, पुन्हा परत नेऊन द्या असली काहीच झंझट करावी लागत नाही. खाणे-पिणे झाले की, फेकून द्यायच्या. संपलं! युझ ॲण्ड थ्रो!"

जानकीबाईंनी चमकून तिच्याकडे पाहिलं. म्हणजे हिला कामाची काही कटकट नको आहे. त्यांनाही डिसपोझेबल वस्तूंबद्दल माहिती होती, पण आजवर त्यांनी त्या आणल्या नव्हत्या. सुंदर नक्षीकाम केलेल्या ५० काचेच्या डिशेस, ग्लास व स्टीलच्या चमच्यांचा सेट त्यांच्याकडे होता. एकदाच पैसे खर्च झाले, पण या वस्तू कायमच्या त्यांच्याकडेच होत्या व त्या वापरून वाढदिवस, छोट्या पार्ट्या,

भिशीचे कार्यक्रम त्यांनी केले होते. कार्यक्रमानंतर त्या धुवून पुसून पुन्हा व्यवस्थित बॉक्समधून ठेवाव्या लागत होत्या; पण हे काम त्या मोठ्या आनंदाने व उत्साहाने करत आल्या होत्या. पण नव्या जमान्यात सारेच बदलले आहे. कोणीच काही बोलत नाही तेव्हा होऊ दे त्यांच्या मनासारखे! म्हणून जानकीबाई गप्प बसल्या. डिसपोझेबल वस्तू आणून पूजेच्या कार्यक्रमात पाहुण्यांना अल्पोपहार देण्यात आला. या वेळी आपल्या पाहुणचारात अगत्य अल्प आहे, असं त्यांना वाटलं व माळ्यावरच्या बॉक्समधील आपला काचेचा सेट आपल्याकडे केविलवाण्या नजरेने पाहतो आहे असा भास झाला.

दीपाने हळूहळू घरचा कारभार आपल्या हातात घेतला. दिवाळीत सफाईच्या वेळी घरातील जास्तीचे डबे, भांडी, जुन्या कपबश्या 'आता असले कोणी वापरत नाही' म्हणून कामवाल्या बायांना देऊन टाकल्या म्हणजे फेकल्याच. जुना कुकर टाकून नवा आणला. आपले थोडेसे जुने झालेले ड्रेस व साड्या 'आता कंटाळा आला बाई!' म्हणून ती काढून टाकत असे. परवा तर नवा आणलेला बेडशीट-पिलो कव्हरचा सेट पहिल्या धुण्यात थोडा रंग गेला म्हणून तिने बाईला देऊन टाकला. जानकीबाईंनी वर्षानुवर्षं जपलेली भांडी, घड्याळे, शोच्या फ्रेम, फ्लॉवर पॉट इ. अनेक वस्तू ती धडाधड घराबाहेर काढत होती. आता याचा काही उपयोग नाही, कशाला अडगळ ठेवायची, असा ती विचार करत असे. जानकीबाईंनी मध्यम परिस्थितीत दिवस काढले होते. त्यामुळे वस्तू त्या जपून वापरत. वस्तू मोडली किंवा फुटली आणि कपडे फाटले तरच त्या बाद करत. गरजू लोकांना उदारपणे चांगल्या वस्तू, नव्या साड्या किंवा पैसेही देत; पण चांगल्या असलेल्या वस्तू केवळ आता उपयोग नाही, कंटाळा आला या नावाखाली घराबाहेर काढायला त्यांचा जीव होत नसे. काही जुन्या वस्तू आठवणींसाठी त्यांनी घरात ठेवल्या होत्या. लग्नात मावशी, मैत्रिणी व त्यांच्या शिक्षिकांनी दिलेल्या भेटवस्तू तर अद्याप घरात होत्या. दर वर्षी त्या पुन्हा पुसून, त्यांना प्रेमळ हातांनी गोंजारून त्या पुन्हा ठेवत. माणसांनी इतकं पण इमोशनल असू नये, असं दीपाचं म्हणणं होतं. आपल्या सासूच्या चेहऱ्याकडे पाहून काही वस्तू फेकता फेकता तिनं धुसपुसत ठेवल्या होत्या.

मध्यंतरी जानकीबाईंच्या यजमानांची तब्येत बरी नव्हती. तेव्हा त्यांच्याबरोबर त्या डॉक्टरांकडे गेल्या. तपासल्यानंतर डॉक्टरांनी काही औषधे, गोळ्या व इंजेक्शन आणायला सांगितले. गावात बऱ्याच रोगांच्या साथीने हैदोस घातल होता. म्हणून इंजेक्शन देताना जानकीबीई हळूच म्हणाल्या, ''परवा एकाला अशा सिरिंजमधून दुसऱ्या पेशंटच्या एडस्‌ची बाधा झाल्याचे पेपरमध्ये वाचले होते.''

डॉक्टर हसून म्हणाले, ''ती भीती आता नाही. डिसपोझेबल सिरिंज वापरतो आता आम्ही! एका पेशंटला इंजेक्शन दिले, की ती फेकून देतो. दुसऱ्याला ती वापरत नाही.''

जानकीबाईंनी निःश्वास सोडला. दवाखान्यातील कामचुकार, बेजबाबदार नर्सेसच्या निष्काळजीपणामुळे नीट सुया उकळल्या जात नाही म्हणून हा नवा उपाय! पण इथे जीवाशी खेळ असल्यामुळे फेकणे गैर नाही, उलट चांगलेच आहे, असे त्यांना वाटले.

मध्यंतरी सुनीलचा एक बालमित्र सुरेश अमेरिकेहून आला. त्याच्या भेटीने सर्वांना आनंद झाला. सारे घर खुशीत होते. गप्पांना खूप रंग चढला. त्याने घरातील सर्वांचे फोटो काढले. घर, अंगण, स्वयंपाकघर, सगळ्या खोल्या व सर्वांचे वेगवेगळ्या पोझेसमधील भरपूर फोटो काढले. नंतर त्यांना म्हणाला, ''तुम ची डस्टबीन (केराची टोपली) कोठे आहे?''

''का रे, काय टाकायचं ते दे. मी नेऊन टाकते.''

त्याने आपल्या हातातला नवा कोरा कॅमेरा त्यांच्याकडे दिला. त्या आश्चर्याने पाहत म्हणाल्या, ''हा कॅमेरा टाकायचा आहे? आणि त्यातील फोटो?''

''ते मी काढून घेतले आहे. अहो हा डिसपोझेबल कॅमेरा आहे. यूज ॲण्ड थ्रो! प्रवासात कॅमेरे चोरीला जातात, आणि सांभाळत बसायला नको म्हणून फोटो काढून झाले, की कॅमेरा फेकून द्यायचा. हल्ली असले किंवा डिसपोझेबल कॅमेरे वापरतात. हवे ते फोटो ठेवायचे व नको असलेले डिलीट करायचे म्हणजे घालवायचे...'' सुरेश पुढेही बोलत होता. पण जानकीबाईंचे तिकडे लक्ष नव्हते. नव्या टेक्निकनुसार वापर करून घ्यायचा व मग फेकून द्यायचे हीच शिकवण या पिढीला मिळते आहे. एकतर सध्या सॉफ्टवेअर कंपन्या, कारखाने यामध्ये श्रमाच्या मानाने पैसा भरपूर मिळतो, त्यामुळे फेकून द्यायलाही काही वाटत नाही. दुसरे नवीन लगेच आणता येते. त्यामुळे पैशांची किंमत नाही.

ही पिढी भावनेत जास्त गुंतून राहत नाही. वस्तूत काय मन गुंतवायचं? मनं कोरडी होत चालली आहेत. हळवेपणा, भावना रूक्ष झाल्या आहेत. याचा अनुभव त्या घरात रोज घेतच होत्या. सुनीलचा प्रपंच वाढला. त्याला एक मुलगा झाला. दीपाच्या सततच्या सहवासाने सुनीलच्या आवडी-निवडी, आचार-विचार यांच्यात आमूलाग्र बदल होत चालला होता. आपण केलेले संस्कार कोठे गेले? लहानपणी त्याला दिलेले खाऊचे पैसे व पुढे दिलेल्या पॉकेटमनीमधून पैसे वाचवून तो आई-वडील किंवा घरासाठी जमेल ती वस्तू आणायचा. त्या वेळी होणारा आनंद आता त्याने हजारो रुपयांच्या वस्तू आणल्या तरी त्यात मिळत

नव्हता. कारण त्याचे वागणे बदलले होते. अत्यंत नम्र व आज्ञाधारक असलेला सुनील आता बायकोसमोर वडिलांना व जानकीबाईंना उर्मटपणे बोलू लागला. बारीकसारीक गोष्टीवरून खेकसू लागला. तो पूर्णपणे बायकोच्या आहारी गेला होता. घरातील प्रत्येक गोष्ट दीपाला विचारून करत होता. तिला खूश ठेवणे हेच त्याच्या आयुष्याचे ध्येय होते. तिने काही काम सांगितले तर रात्री दहा-अकरा वाजताही चटकन उठून स्कूटरवर जाऊन यायचा. पण वडिलांचे औषध आणायला त्याला सांगितले तर 'आता वेळ नाही, किंवा दमून आलो आहे बघू नंतर.' असे म्हणून टाळत होता. शेवटी त्याच जाऊन घेऊन यायच्या. आपला मुलगा आता आपला राहिलेला नाही हे त्यांना कळून चुकले. याबद्दल कोणाजवळ बोलताही यायचे नाही. त्यांच्या यजमानांचा स्वभाव अलीकडे तऱ्हेवाईक झाला असल्याने त्यांना सांगून काही उपयोग नाही आणि दुसऱ्या कोणाजवळ आपलेच नाणे खोटे निघाले हे कसे सांगायचे? त्या आतल्या आत कुढत होत्या. मुलगा मोठा झाल्यावर आपल्याला सुख देईल, अशी स्वप्ने पाहत त्यांनी आयुष्य काढले होते. पण असा जीवघेणा अपेक्षाभंग झाला. सुनील सारे पैसे दीपाच्या हातात देत होता. त्यामुळे तिच्या मेहेरबानीवर घर चालले होते. ती वाटेल तशी बोलली तरी सुनील तिला काही बोलत नव्हता. त्यामुळे ती शेफारली होती. बोलायचे अन् बोलून घ्यायचे असे व्हायला नको म्हणून त्यांनी तिच्याशी बोलणेच टाकले होते. कारणापुरतेच बोलायचे असे धोरण ठेवले होते. सुनीलच कृतघ्न निघाला तर त्या परक्या पोरीकडून काय अपेक्षा ठेवायची? आपल्या मुलाला आपल्याबद्दल प्रेम नाही ही जाणीव क्लेशदायक होती.

दीपा मुलाला रोज विकतचे आणून खायला घालत होती. त्याला पोळीभाजी आवडत नसे, तर वडापाव, मॅगी, नूडल्स, मंचुरियन असले गाड्यावरचे खाणे देऊन दीपानेच ती सवय लावली होती. एवढ्याशा मुलाला कपडे तरी किती आणावेत? ५०-६० पेक्षाही जास्त ड्रेस होते. वाढते वय असल्याने यंदाचे कपडे पुढच्या वर्षी येत नाहीत, उगाच इतके कपडे तेही भारीतले आणून नंतर दुसऱ्याला द्यावे लागतात, असे जानकीबाई म्हणाल्या तेव्हा ती फाडकन म्हणाली,

''त्याचा बाप भरपूर पैसे कमवतो. तो कशाला दळभद्र्यासारखा राहील.'' आणि मग ती मुद्दामच जास्त करू लागली. रोज संध्याकाळी स्कूटी घेऊन बाजारात जायचे. कपडे, फरसाण, चिवडा, लाडू, खेळणी काही ना काही खरेदी करायचीच. खेळणी, कपड्यांची कपाटे भरून वाहत होती. चपला, बूट, सँडलचे प्रत्येकी सात-आठ जोड तरी असायचेच. सहा महिन्यांनी ते चांगले असले तरी फेकून नवे आणायचे. पैशांची उधळपट्टी चालली होती. कोणाचाच धाक नव्हता.

जुने दुरूस्त करून वापरणे व फाटके शिवून घालणे माहीतच नव्हते. युज ॲण्ड थ्रो! पूर्वी गरज असली तर नवी वस्तू घरात येत होती. पण आता फॅशन गेली, कंटाळा आला, लेटेस्ट हवं म्हणून कपडे, वस्तू घरात येत होत्या. यांचं मन तृप्त कधी होणार, हा हव्यास असाच कुठवर चालणार, असं जानकीबाईंना वाटे; पण त्यांनी आता तोंडाला कुलूप घातले होते. घरात राहून वानप्रस्थाश्रम स्वीकारला होता.

त्या दिवशी घरात जानकीबाई व यजमान दोघेच होते. हे तिघे बाहेर गेले होते. अंगणात ते आरामखुर्चीवर व त्या पायरीवर बसल्या होत्या. देवासाठी हार गुंफत असताना अचानक ते म्हणाले, "जानकी, तुझी फार घुसमट होते आहे हे मला माहीत आहे. तुला तुझ्या मनासारखे काहीच करता आले नाही. माझ्या हट्टी स्वभावामुळे आधी मी तुला काही करू दिले नाही आणि आता त्याचा काय उपयोग? तू सतत मन मारून जगत आलीस. घरात मी जे दिले त्यात सुखाने संसार केलास. माझ्याकडून तसा फारसा काही प्रतिसाद मिळाला नाही. शक्य झाले तर मला क्षमा कर. काही दिवसांपासून मला एक गोष्ट सांगायची आहे. घरातील एकंदर वातावरण पाहता सुनील तुझ्याकडे लक्ष ठेवील असे वाटत नाही. पुढे माझ्या माघारी तुला मानाने जगता येईल एवढी तुझी व्यवस्था मी केली आहे. माझ्या नंतर तुला फॅमिली पेंशन मिळेल, त्यात तुझे औषधपाणी व चरितार्थ उत्तम रीतीने होईल. काटकसरीने राहण्याचा तुझा स्वभाव आहे. त्यामुळे त्यातूनही तू पैसे राखून ठेवशील. सुनीलपुढे पैशासाठी हात पसरण्याची तुला कधीच वेळ येणार नाही. आणि हो, देव करो व अशी वेळ न येवो, पण जर आलीच, बायकोचं ऐकून सुनील जर तुला मनस्ताप देऊ लागला व इथे राहणं तुला अशक्य झालं, तर सरळ बाहेर पड. मागे मी कोरेगावला छोटासा प्लॉट घेतला होता, तेथे दोन वर्षांपूर्वी तीन खोल्यांचे घर – छोटासा बंगला बांधला आहे. हे तुला मी बोललो नव्हतो. ते घर मी तुझ्या नावावर केले आहे. तेथे जाऊन राहा. हेल्प लाईनच्या मदतीने एखादे विश्वासू, गरजू जोडपे सोबतीला, मदतीला सहज मिळेल. पण स्वतःला या वयात त्रास करून घेऊ नकोस. प्रकृतीला सांभाळ."

जानकीबाई आश्चर्यचकित होऊन, आ वासून पाहत राहिल्या. फारसे न बोलणारे यजमान आज मोकळेपणाने बोलत होते. त्यांचे घरात इतके लक्ष असेल व त्यांनी आपला इतका विचार केला असेल यावर त्यांचा विश्वास बसत नव्हता. आयुष्याच्या शेवटी तरी त्यांना स्वतःच्या वागण्याची जाणीव झाली व आपली काळजी वाटली, याचेच त्यांना अप्रूप वाटत होते. यजमानांना जणू भविष्याची चाहूल लागली होती. कारण त्यानंतर पुढच्याच आठवड्यात अचानक त्यांचा मृत्यू झाला.

अठ्ठेचाळीस वर्षांच्या वैवाहिक आयुष्यात वेळप्रसंगी त्यांचा मानसिक आधार

कधी मिळाला नव्हता. मनातले त्यांच्याशी कधी बोलता आले नव्हते. सुनील कसा प्रत्येक बाबतीत दीपाला सपोर्ट करत होता, पण याच्या अगदी उलट त्याच्या वडलांचे वागणे असे. बायकोचे ऐकणे वा प्रत्येक गोष्ट तिला सांगून विचारून करणे त्यांना आवडत नव्हते. असा नावापुरता कुंकवाचा आधारही गेला, म्हणून जानकीबाईंचे मन धाय मोकलून रडत होते. लोक समाचाराला येत होते. गुळगुळीत झालेल्या ठराविक शब्दांनी सांत्वन करत होते. त्यांचे तिकडे लक्षही नव्हते.

यथावकाश बारावा-तेरावा वगैरे सर्व विधिवत झाले. जानकीबाई घरात अजिबात लक्ष देत नव्हत्या. नित्याच्या सवयीने उठून सकाळी फिरून येत. मग अंघोळ, देवपूजा, वाचन यात वेळ घालवत. सुनील-दीपाला काहीच फरक पडला नव्हता. महिन्याभरात त्यांचे रुटीन जीवन पुन्हा सुरू झाले, ते साहजिकच होते. आतापर्यंत घरात यजमानांची चाहूल असल्याने जाग असायची. पण आता एकटेपण त्यांना खायला उठत होते. शनिवार-रविवारी घरात त्या एकट्याच असत. आई एकटीच घरात आहे याची कोणाला फिकीर नव्हती. तिच्या दुःखात पोटच्या मुलालासुद्धा कधी दोन घटका आईजवळ बसून बोलायला सवड वा इच्छा नव्हती. दोघं रोज फिरायला, सिनेमाला जात व सुट्टीत १०-१५ दिवस ट्रीप करायला मात्र त्यांना वेळ होता. आपले नशीब म्हणून त्या आला दिवस घालवत होत्या. मरण येईपर्यंत जगायचे असं त्या मनाशी म्हणत.

दोन महिने होऊन गेले. अजून जानकीबाईंना यजमानांची पेन्शन मिळत नव्हती. आपण काटकसरीतून वाचवलेल्या पैशातून त्या स्वतःचे येणे जाणे, देवाला लागणारा पैसा असा सगळा खर्च करत होत्या. सुनील त्यांना त्यांच्या गोळ्यांसाठी किंवा अन्य कशासाठी पैसे देत नव्हता, की तुला काही पाहिजे का म्हणून विचारतही नव्हता. पूर्णपणे निराधार झाल्याची जाणीव जानकीबाईंना झाल्याने त्या व्यथित झाल्या. जगण्याची काहीच उमेद राहिली नाही. एके दिवशी त्या देवळातून घरी आल्या तर दीपाने घराची साफसफाई सुरू केली होती. दिवाळी तर बरीच लांब होती; पण तिचे फॉरेनचे कोणी पाहुणे येणार म्हणून त्यांच्या स्वागताची तयारी सुरू होती. सफाई करताना नेहमीप्रमाणे दीपा घरातील जुन्या व आता वापरात नसलेल्या वस्तू घराबाहेर काढत होती. त्यात जानकीबाईंच्या यजमानांचे कपडे, घड्याळ व छत्री या वस्तूंचे एक गाठोडे बांधून ठेवलेले दिसले. त्यांना भरून आले व त्या म्हणाल्या, ''एखाद्या वृद्धाश्रमात मी हे नेऊन देणारच होते, पण एवढ्यातच बरे दिसणार नाही म्हणून...''

''त्यात काय वाईट दिसायचे आहे! आज ना उद्या कधी तरी द्यायचेच ना!''

''अग पण गरजूंना उपयोग होईल ह्यांच्या स्वेटर, शाली व कपड्यांचा.''

''कोणाला ना कोणाला होईलच. आपल्या घरातून तर जाणारच ना!''

तिच्याशी वाद नको म्हणून त्या गप्प बसल्या. तेवढ्यात हॉलमधल्या भिंतीवर नेहमीच्या जागी यजमानांचा फोटो न दिसल्याने नकळत त्या उद्‌गारल्या, ''इथला ह्यांचा फोटो कुठे गेला?''

''काढून टाकला तो. दहा वर्षांपूर्वीचा जुना फोटो किती दिवस ठेवणार?'' दीपा.

''आता असे फॅमिली फोटो किंवा घरात किती माणसे आहेत ते दाखवणारे फोटो कोणी लावत नाहीत. असे म्हणून गेल्या वर्षी तू जुने सारे भंगारात टाकलेस, पण हा एक तरी फोटो त्यांची आठवण म्हणून घरात...''

''आठवणी मनाच्या कप्प्यात असाव्या. भिंतीवर कशाला? त्यापेक्षा...'' दीपा पुढे बरेच बोलत होती. जानकीबाईंच्या मनाला वेदना होत होत्या. त्यांनी असाहाय्यपणे तिथेच सोफ्यावर बसलेल्या सुनीलकडे पाहिले. तो पेपर वाचत होता, पण त्याचे दोघींच्या संवादाकडे लक्ष असल्याची त्यांना खात्री होती. तो गप्प होता याचा अर्थ स्पष्ट होता. बायकोपुढे त्याचे काही चालत नव्हते. तिला नाराज करणं त्याला जमणारंच नव्हतं. वडलांबद्दल त्याला काहीच वाटत नव्हतं. आपण तरी काय केवळ जगाला दाखवण्यासाठी त्याच्या घरात निष्प्रेम जीवन जगतोय. आता या वयात मनस्ताप सोसण्याचं बळ नव्हतं. आपलीच तब्येत बिघडायची. नाही तरी आपलं काय काम हे दोघं करतात? दिवसाकाठी आपल्या दोन वेळच्या मिळून चार पोळ्या करण्याचे तिचे उपकार तरी घ्या कशाला? रक्ताच्या नात्याची कदर यांना नाही. निर्जीव वस्तू 'यूज ॲण्ड थ्रो' तत्त्वाने ते फेकतात. आपलाही त्यांना आता उपयोग नाही. आपण शिकवून मोठे केले, लग्न केले, त्यांचे मूलही पाच वर्षं सांभाळले, त्याला खायला प्यायला घातले. त्याला आपल्याजवळ ठेवून हे भटकायला, सिनेमाला, ट्रीपला जात होते. आता नातू मोठा झाला. घरी एकटासुद्धा राहू शकतो. त्यांची गरज संपली. आपल्यालाही 'थ्रो' करायला कमी करणार नाहीत. 'यूज ॲण्ड थ्रो'मुळे प्रदूषण वाढत आहे. पर्यावरणाचा समतोल ढासळला आहे. गरज संपलेल्या माणसांनाही आपल्या जीवनातून दूर करण्याच्या वृत्तीमुळे सामाजिक प्रदूषणही सध्या वाढत आहे. सुनीलने 'थ्रो' करून घराबाहेर काढण्याआधी आपणच हे घर सोडून जाऊन यजमानांनी सुचवल्याप्रमाणे कोरेगावला जाऊन एकटे राहण्याचा निर्णय जानकीबाईंनी घेतला व आपल्या वनवासगमनाची तयारी त्या करू लागल्या.

■

आदर्श माता

■

काय चाललं आहे हे! केवढी ही गर्दी! अजूनही लोक येतच आहेत. एवढा मोठा हॉल, पण भरून वहातोय नुसता! या गावात आजपर्यंत असा कार्यक्रम झाला नाही. सर्वांच्या चेहऱ्यावर आनंद दिसतो आहे. मला आदर्श माता हा पुरस्कार आता मिळणार आहे. तो सोहळा पाहण्यासाठी ही गर्दी जमली आहे. खरं तर संयोजकांनी कोणत्या निकषावर या पुरस्कारासाठी माझी निवड केली हेच कळत नाही. कर्तृत्व गाजवलं विश्वनाथनं आणि पुरस्कार मला! सारे राजकारणी काही तरी निमित्त काढून विश्वनाथला खूश करण्याची संधीच शोधत असतात. त्याच्याकडून काही काम करून घ्यायचं असेल, त्यासाठी आताची संधी आयतीच चालून आली. नाही तर मी असं काय केलंय, की माझा असा भव्य सत्कार करावा! सगळ्याच स्त्रिया आपल्या मुलांचं पालनपोषण करून त्यांना वाढवत असतात. तेच मी केलं. त्यात वेगळं वा विशेष काहीच नाही. मघापासून व्यासपीठावरील लोक बडे बडे शब्द आपल्या भाषणात वापरून शब्दाचे पूल बांधत आहेत, कौतुक करत आहेत; पण हे शब्द किती पोकळ, अर्थहीन आहेत ते मला माहीत आहे. हे खोटं, मानभावी बोलणं ऐकणं नकोसं झालं आहे, पण मी व्यासपीठावर मध्येच बसले आहे. माझ्या आजूबाजूला राज्याचे गृहमंत्री, इथले नगराध्यक्ष व इतर नगरसेवक बसले आहेत. समोर मोठा जनसमुदाय आहे. यातून पळ काढणं सोपं नाही. मी तशीच अस्वस्थपणे बसले आहे. आदर्श माता ठरण्याइतकं विशेष आपण काय केलं, हे आठवण्यासाठी माझ्याही नकळत मी भूतकाळात अगदी विश्वनाथच्या बालपणापर्यंतच्या काळात डोकावू लागले.

गोंडस, गोरापान व राजबिंडा विश्वनाथ सर्वांना आवडायचा. सारे त्याला चटकन उचलून घेऊन त्याचा पापा घेत असत, तेव्हा रुसका चेहरा करून तो

लगेच आपला गाल पुसून टाकत असे. त्याच्या बाललीलांचे घरी-दारी इतके कौतुक होत असे, की सासुबाई रोज त्याची दृष्ट काढत असत. तो मोठा होत गेला तसे त्याचे कौतुकही वाढत गेले. हुशार असल्यामुळे अभ्यासाबरोबरच वक्तृत्व, स्पोर्ट्स, अन्य स्पर्धा यामध्येही त्याला प्रचंड यश मिळाले. त्याने मिळवलेली पदकं, मानचिन्हे यांनी बघता बघता हॉलमधली कपाटं भरून गेली. लोक मला विश्वनाथची आई म्हणून ओळखू लागले. त्याला शाबासकी मिळाली की माझ्या अंगावर मूठभर मांस चढत असे. त्याचा माझ्यावर अतिशय जीव होता. माझा चेहरा थोडा जरी पडला तरी आपले चिमुकले हात माझ्या गळ्यात टाकून तो लाडिकपणे विचारायचा, ''काय झालं ग आई, कुणी रागावलं का?'' त्याच्या गोड शब्दांनी सारे दुःख, शीण कोठल्या कोठे पळून जात असे. एकदा मला ताप आला तर छोटा विसू माझ्या कपाळावरच्या पाण्याच्या पट्ट्या बदलत किती तरी वेळ बसला होता. किती शहाणा व गुणी होता माझा बाळ! मी सारं भरून पावत होते. पौराणिक, ऐतिहासिक व अन्य अनेक उत्तमोत्तम कथा मी त्याला सांगत असे. तर काही गोष्टी प्रत्यक्ष घडलेल्या आजूबाजूच्या प्रसंगातून तो शिकत होता. खर बोलणं, नम्रतेनं वागणं, कोणी सांगितलेलं काम चटकन उठून करणं इत्यादी गोष्टी त्याला मुद्दाम शिकवाव्या लागल्याच नाहीत. आज्ञाधारकपणात तर जणू प्रभू श्रीराम किंवा श्रावणबाळच! कोणत्याही आईला अभिमान वाटेल असाच विश्वनाथ होता.

दर वर्षी उत्तम तऱ्हेने पास होत होत तो मॅट्रिक झाला. मेरिटनेच त्याला इंजिनियरिंगला ॲडमिशन मिळाली आणि शेवटच्या वर्षी त्यातही तो डिस्टिंक्शन मिळवून पास झाला. कॅम्पस इंटरव्ह्युमध्ये त्याला एका चांगल्या कंपनीत नोकरी मिळाली. आता कसलीच काळजी उरली नाही. त्याच्या लग्नाचे वेध लागले. वधूसंशोधन सुरू झालं. चांगल्या चांगल्या मुली सांगून येत होत्या.

एके दिवशी सायंकाळी डोकं दुखत होतं म्हणून कीर्तनातून मधेच मी लवकर घरी परत आले. दार उघडंच होतं. हे किंवा विश्वनाथ आले असतील असा विचार करत मी घरात पाऊल ठेवलं. बाहेरच्या हॉलमध्ये विश्वनाथ आणि एक पाठमोरा माणूस बसला होता. दोघांचं हळू आवाजात काही बोलणं चाललं होतं. माझी चाहूल लागून विश्वनाथने दचकून माझ्याकडे पाहिलं. खरं तर माझ्या काहीच लक्षात आलं नव्हत, पण त्याचं ते दचकणं पाहून मला शंका आली आणि मी दोघांकडं पाहिलं तर तो माणूस विश्वनाथच्या हातात नोटांची थप्पी देत होता. मला पाहून दोघांचाही चेहरा पडला, हे काही तरी वेगळचं प्रकरण दिसतंय

हे माझ्या लक्षात आलं. गडबडीनं तो मनुष्य म्हणाला, ''येतो मी, तेवढं काम करून टाका प्लीज.''

म्हणजे काही तरी काम करून घेणासाठी त्याने विश्वनाथला पैसे दिले होते. तेव्हा मला त्याच्या नोकरीतलं तसं फारसं काही कळत नव्हतं. पण कसले तरी मटेरियलचे टेंडर पास करण्याचं काम त्याच्याकडे होतं. म्हणजे, लाच खाऊन तो हे काम करत होता की काय? मी अस्वस्थ झाले. तो मनुष्य गेल्यावर न राहवून मी विश्वनाथला विचारलं, ''काय काम होतं रे यांचं?''

''विशेष काही नाही. तू नसत्या चौकशा करू नकोस'', तो वैतागून म्हणाला. मला धक्काच बसला. कधीही उलटं किंवा मोठ्या स्वरात न बोलणारा विश्वनाथ आज असं का बोलत होता? काही तरी नक्कीच आहे. त्या वेळी मी काहीच बोलले नाही, पण ही बाब गंभीर असल्याने मी ह्यांच्या कानावर घातली. दोन दिवस विश्वनाथ आमच्या नजरेला नजर देत नव्हता. ह्यांनी बारकाईने तपास केला. आपल्या एका हाताखालच्या माणसाला दुसऱ्याकडून टेंडर भरून ते पास करण्यासाठी पैसे देऊन विश्वनाथकडे पाठवलं. त्याने ते पैसे घेतल्याने आमची शंका दूर होऊन विश्वनाथच्या बेइमानीची, लाचखाऊ वृत्तीची खात्रीच झाली. आता गप्प बसून चालणार नाही असे वाटून ह्यांनी त्याला म्हटलं, ''विश्वनाथ, काय चालवलंय तू हे? तू पैसे खाऊन लोकांची कामं करतोस?'' ह्यांनी स्पष्ट व सरळ विचारलं.

''कोण म्हणतं असं?'' कमालीचं धसकून त्याने विचारलं.

''कोणी का म्हणेना! हे खरं आहे की नाही ते सांग.''

''साफ खोटं आहे हे! ज्यानं सांगितलं त्याला पुराव्यानिशी सिद्ध करायला सांगा.''

मग ह्यांनी या गोष्टींची आपण स्वतः कशी खात्री करून घेतली ते सांगितलं.

तेव्हा त्याचा चेहरा चांगलाच उतरला. मी समजुतीच्या स्वरात त्याला म्हटलं, ''बाबारे, पैसा फार वाईट आहे बरं! आहे त्यात आपण सुखानं जगतोय ना, आणखी मोह कशाला? चांगलं नाव कमवायला फार दिवस लागतात; पण गमवायला वेळ लागत नाही. जे झालं ते झालं. पुन्हा असं करू नकोस.''

''आणि आतापर्यंत ज्याचे पैसे घेतले ते त्यांना परत करून टाक. पापाचे पैसे आपल्याला नको. तो बिनकष्टांचा पैसा चांगल्या कामाला उपयोगी पडत नाही. पुन्हा तक्रार येता कामा नये.'' थोडक्यात ह्यांनी तंबीच दिली. ह्यांचा

त्याला धाक होता. तो त्यांना घाबरत असल्यामुळे नंतर असं काही झालं नाही. मी सुस्कारा सोडला. पोरगं जरा बहकलं होतं. वेळीच सरळ मार्गावर आलं हे बरं झालं. यथावकाश त्याचं सुमित्राशी लग्न झालं. पोरगी मोठी गोड व नम्र होती. आम्हाला दोघांनाही आपल्या लाघवी वागण्यानं तिनं जिंकलं होतं. दिवस छान सुखात चालले होते, पण त्याला जणू कोणाची तरी दृष्ट लागली. नियतीने या सुखावर अचानक घाला घातला. ऑफीसमधून येताना ह्यांच्या स्कूटरला अपघात झाला आणि हे तिथल्या तिथे गेले. मी शोकसागरात बुडून गेले. सहा महिने होऊन गेले तरी माझं मन कशातही रमेना. दुःखाच्या काळोखात आता सुखाची एकही तिरीप दिसत नव्हती. विश्वनाथ-सुमित्रा माझं सांत्वन करत होते, मला सांभाळत होते, माझं दुःख कमी करण्याचा कसोशीने प्रयत्न करत होते. त्यांची धडपड मला जाणवत होती. काळ हा सर्वांवर नामी उपाय असतो. मी हळूहळू सावरू लागले, पुन्हा जीवनात रस घेऊ लागले. लवकरच घरात नातवंड आलं. त्याच्या बाललीला पाहण्यात व त्याच्याशी खेळण्यात मी रमू लागले.

एके दिवशी शेजारच्या मालूताई माझ्याकडे आल्या. इकडच्या तिकडच्या गप्पा झाल्यावर त्या म्हणाल्या, ''तुम्हाला एक विनंती करायची होती, पण कसं सांगावं तेच कळत नाही.''

''अहो, सांगा ना त्यात कसला संकोच करता?'' मी.

''माझ्या भावानं विश्वनाथच्या कंपनीचं एक टेंडर भरलं आहे. प्लीज, तेवढं विश्वनाथला पास करायला सांगा ना!''

''मी त्याच्या ऑफीसच्या भानगडीत पडत नाही. शक्य असेल तर तो करीलच. मुद्दाम सांगायचीही गरज नाही'', मी म्हणाले.

''हवं तर लाखभर देण्याची त्याची तयारी आहे.'' मालूताई.

''तो पैसे घेऊन काम करणाऱ्यातला नाही.'' मी जरा चिडलेच.

''स्नेहाची भेट आहे ही. आणखी काही असल्यास सांगा.''

आता मात्र माझं डोकं तडकलं. समजतात काय हे लोक स्वतःला!

''पैसे दिले की सगळं होतं जगात असं वाटतं का तुम्हाला?'' मी चिडून बोलले.

''सगळं कसं होईल? पण तुमचा मुलगा अशी कामे करतो हे आम्हाला माहीत आहे.''

''उगाच काय वाटेल ते बोलता, चालत्या व्हा इथून.'' मी.

''साळसूदपणाचा आव कशाला आणता? चोर तो चोर आणि शिरजोर,''

असं बडबडतच मालूताई निघून गेल्या.

मी रागाने थरथरत होते. तेवढ्यात विश्वनाथ आला. काय झालं? असं त्यानं विचारलं तेव्हा मी त्याला घडलेलं सारं सांगितलं. तोही चिडेल असं मला वाटलं पण तो शांत होता. मी म्हटलं, ''एवढा राग आला आहे ना की दोन कानाखाली ठेवून द्याव्या असं वाटतं''.

''आई अगं एवढी चिडतेस कशाला?''

''म्हणजे तुझ्यावर एवढा मोठा आरोप केला आणि चिडू नको!'' मला आश्चर्य वाटलं. ह्या मुलाला काही स्वाभिमान आहे की नाही?

''अगं आपलं काम कोणत्या ना कोणत्या मार्गाने करून घ्यायचा प्रयत्न कोणीही करणारच ना! आणि आजकाल पैसे देऊन कामं होतात हे सर्वांना माहीत आहे.''

''पण हे बरोबर आहे का? बाहेर काय चाललंय याच्याशी आपल्याला काय करायचं आहे! सारा समाजच भ्रष्टाचाराने पोखरला आहे...''

''जाऊ दे आई, तू कशाला एवढा विचार करतेस! कितीही म्हटलं तरी दाम करी काम हेच खरं! पैसा हाच आजचा ईश्वर आहे. त्याची आराधना केल्याशिवाय भागत नाही त्यामुळे सारे असे करतात.''

विश्वनाथ बोलत होता आणि मी तोंड वासून ऐकत होते. हाच का माझा प्रामाणिक, सत्यप्रिय विश्वनाथ? त्याची मतं इतकी बदलावी? हा भ्रष्टाचाराचं समर्थन करतो? याने पुन्हा तो मार्ग स्वीकारला की काय? आता तर ह्यांचाही धाक नाही. तो सारी नीतिमूल्ये पायदळी तुडवतो आहे ही माझी शंका खरी असल्याचं हळूहळू माझ्या लक्षातं आलं. फक्त आता या गोष्टी तो मोठ्या हुशारीनं करत होता. कोणाला काही कळणार नाही याची काळजी घेत होता. कौशल्याने परिस्थिती हाताळत होता. आपल्या हुशारीचा उपयोग गैरकामासाठी करत होता. गुन्हा उघडकीस आलाच तर आपण त्यात अडकणार नाही याची खबरदारी घेत होता. त्याला पैशांची चटक लागली होती. बाहेरच्या भूलभुलैय्याला तो भुलला होता. बघता बघता घरात टीव्ही, फ्रीज, मायक्रोवेव्ह, वॉशिंग मशीन, मारुती कार इत्यादी आधुनिक साधने आली. घरात सुबत्ता आली. भ्रष्टाचाराच्या भस्मासुराने पोखरलेल्या समाजात विश्वनाथही सामील झाला होता. हे चांगलं नाही हे मी त्याला परोपरीने समजावून सांगूनही त्याचा काही उपयोग होत नव्हता. त्याची मूल्यात्मक घसरण होतच चालली होती. चांगल्या गोष्टी सांगून आपण त्याच्यावर संस्कार केले व त्याला घडवले हा माझा अभिमान

कधीच गळाला होता. ते संस्कार कधीच नष्ट झाले होते. केव्हाही चढणं अवघड तर घसरणं नेहमीच सोपं असतं. घसरत चाललेला विश्वनाथ कधी खड्ड्यात पडेल याचा नेम नव्हता. आजवर मोठ्या शिताफीने त्याने खड्डा चुकवला होता. कोणत्याही गुन्ह्यात सापडला नव्हता, पण माझ्या मनाने त्याला कधीच गुन्हेगार ठरवलं होतं. एकदा कोणत्या तरी कंपनीच्या हलक्या प्रतीच्या मालाचं टेंडर पैसे खाऊन त्याने पास केलं.

तो माल वापरून बांधलेली इमारत वर्षातच एका भर मध्यरात्री कोसळली. तेव्हा ४०-४५ माणसं मरण पावली. काही गाडली गेली तर काही जखमी झाली. हे कळाल्यावर माझ्या काळजाचा ठोकाच चुकला. पण निर्ढावलेला विश्वनाथ शांत होता. आपल्याला काही होणार नाही याची त्याला खात्री होती. कायद्याने तो कशातच सापडत नव्हता. त्याच्या घसरणीला आपण थांबवू शकत नाही म्हणून मी हताश झाले होते.

पैशाच्या जोरावर विश्वनाथ यशाच्या पायऱ्या चढत गेला. त्याला समाजात मान मिळू लागला. अनेक सभा-संमेलनं, विविध क्लब यांच्या कार्यक्रमात त्याला उद्घाटक, अध्यक्ष म्हणून निमंत्रणे येऊ लागली. वक्तृत्वाचा गुण त्याच्यात होताच. अनेक सभा त्याने गाजवल्या होत्या. त्याची लोकप्रियता वाढू लागली. त्याचा फायदा घेऊन एका राजकीय पक्षाने त्याला निवडणुकीचं तिकीट दिलं. निवडून आल्यावर तो आमदार झाला. त्याच्या प्रत्येक यशाने माझे मन दडपत होतं. शाश्वत व जीवनाच्या दृष्टीने महत्त्वाची मूल्यं पायदळी तुडवून तो हे यश कमवत होता व त्या यशाचं श्रेय त्यालाच होतं. मी त्याला असं घडवलं नव्हतं. ठराविक वयानंतर पालक काहीच करू शकत नाहीत. वेळोवेळी मी त्याला बोलत होते पण तो ऐकत नव्हता. न बोलता निघून जायचा. मी काय करणार?

म्हणून लोकांनी आज घातलेला आदर्श माता पुरस्काराचा घाट मला असह्य झाला होता. माझं मन आक्रंदत होतं. मी आदर्श माता नाही हो! हा पुरस्कार देऊन तुम्ही माझा गौरव करत नसून मला हिणवताय असं वाटतं- मला नको हा पुरस्कार! मी काही आदर्श घालून दिलेला नाही. त्यामुळे मी या विशेषणाला-पुरस्काराला पात्र नाही.

माझं मन मला धिक्कारत होतं व डोळ्यांसमोर अंधारी येऊ लागली होती.

स्वेच्छानिवृत्ती

■

त्या दिवशी संध्याकाळी मी अतिशय वाईट मूडमध्ये घरी आलो. माझ्या मनाचे प्रतिबिंब नेहमी माझ्या चेहऱ्यावर उमटते. त्यामुळे माझी वाट पाहत-दारातच उभ्या असलेल्या पूनमनं, माझ्या पत्नीनं लगेचच काळजीच्या सुरात विचारलं, ''आज एवढा उशीर का झाला? आणि हे काय, तुमचा चेहरा का असा पडलाय? बरं वाटत नाही का?''

मी काहीच बोललो नाही. ब्रीफकेस टेबलावर टाकून बूट काढले. ते रॅकवर ठेवून मरगळलेल्या अवस्थेत तसाच सोफ्याच्या पाठीवर मान टाकून बसलो. तिने माझ्या कपाळावर हात ठेवून हळूच विचारलं, ''डोकं दुखतंय का?''

मी मान हलवून नकार दिला. माझ्या उदास चेहऱ्याकडे पहात तिने पुन्हा विचारलं, ''मग काय झालं? ऑफिसमध्ये काही झालंय का? माझा जीव कसा टांगणीला लागलाय, सांगा ना प्लीज!''

माझ्याविषयीची काळजी तिच्या डोळ्यांत स्पष्ट दिसत होती. आता सांगणं भागच होतं. मी लहान मुलासारखं रडक्या स्वरात सांगून टाकलं, ''माझी नोकरी गेली गं!''

''का? अचानक काय झालं?'' तिनं घाबरून विचारलं.

''जागतिक मंदी आली आहे. कंपनीच्या नवीन धोरणानुसार काही स्टाफ कमी करायचा आहे. त्यामुळे काही लोकांनी व्ही. आर. एस. म्हणजे

स्वेच्छानिवृत्ती घ्यायची असे आम्हाला सांगितले आहे.''

''ही कसली व्ही. आर. एस., ही तर सी. आर. एस. म्हणजे कंपल्सरी रिटायरमेंट-सक्तीची सेवानिवृत्ती म्हणायची की!''

एव्हाना आमच्या भोवती आई-बाबा आणि सचिन, चेतना ही आमची मुलेही गोळा झाली होती. सगळ्या कुटुंबाला हा मोठा धक्काच होता. तशी आर्थिक काळजी नव्हती, कंपनीत मी चांगल्या पदावर असल्याने बरीच पुंजी साठवली होती. स्वतःच्या मालकीचा हा छोटासा बंगला होता. गावाकडे बाबांच्या मालकीचं घर आणि शेत होतं. सचिन नुकताच कॉलेजला जाऊ लागला होता आणि चेतना नववीत शिकत होती. दोघांचं शिक्षण, लग्न याची जबाबदारी होती, पण त्या जबाबदाऱ्या पूर्ण करण्यात कोणतीच अडचण नव्हती. प्रश्न होता तो मी आता काय करायचं याचा! आत्ताशी मी ४६ वर्षांचा झालो आहे. अजून बरंच आयुष्य पुढे पसरलेलं आहे. अधे ना मधे पुढे काय करता येईल? वेळ कसा घालवायचा?

''तुम्ही असे हताश का होता? नाही तर आजवर खूप कष्ट केलं. आता जरा आराम करता येईल. तुम्ही मुद्दाम काही एवढ्यात रिटायर झाला नसता. होतं ते बऱ्यासाठी असंच म्हणायचं. विश्रांतीसाठी ही संधी मिळाली असं समजायचं. पूनम माझी समजूत घालत होती.

पण हे सारे शब्द मला पोकळ वाटत होते. कशानंही माझं सांत्वन होणं शक्य नव्हतं. भावी आयुष्याच्या पोकळीच्या कल्पनेनं मी धास्तावलो होतो.

यथावकाश मी रिटायर झालो. अजून काही वर्षं नोकरी करता यावी, म्हणून मी कंपनीच्या अधिकाऱ्यांशी बोलून खूप प्रयत्न केले. पण 'आले कंपनीच्या मना, तेथे कोणाचे चालेना' अशी स्थिती झाली होती. एके दिवशी रीतसर निरोप समारंभ झाला. हार-नारळ घेऊन मी घरी आलो- कायमचा!

तीन-चार दिवसानंतरची गोष्ट! सहज आल्यासारखे समोरचे देशपांडे आले. चहा-पाणी व इकडच्या तिकडच्या गप्पागोष्टी झाल्यावर त्यांनी हळूच विषय काढला, ''सध्या रजेवर आहात का तुम्ही? नाही, म्हणजे गेले तीन-चार दिवस घरीच दिसत आहात म्हणून म्हटलं. बरं नाही की काय म्हणून चौकशीला आलो.''

''तसं काही नाही मी व्ही. आर. एस. घेतली.'' मी चटकन सांगून टाकलं.

''का हो? कंटाळला की काय एवढ्यात?'' देशपांडे चकित होऊन

म्हणाले.

''कंटाळतोय कशाला? कंपनीने व्ही. आर. एस. या गोंडस नावाखाली काही स्टाफ काढून टाकला. जबरदस्तीने व्ही. आर. एस. घ्यायला लावली.'' देशपांडेंच्या चौकशांचा कंटाळा आला म्हणून मी थोडं वैतागून बोललो. या देशपांडेंना सर्वांच्या चांभार चौकशा करण्याची सवय आहे. दुसऱ्याच्या घरात काय चाललं आहे हे जाणून घेण्याची फाजील उत्सुकता होती. आमच्या दाराची कॉलबेल वाजली, की आमच्या आधी ते आमच्याकडे कोण आलं आहे हे पाहण्यासाठी धावत गच्चीत येतात. कोणाच्या घरी कोण पाहुणे आलेत, त्यांना खायला काय केलं, या साऱ्यांची माहिती त्यांना असे. ती माहिती कळाल्याशिवाय त्यांना चैन पडत नसे. कॉलनीतील सारे त्यांना 'बिनपगारी पहारेकरी' असे म्हणत असत. हा मनुष्य सी. आय. डी. मध्ये, गेला असता तर या गुणाचा देशाला किती उपयोग झाला असता! मी सलग चार दिवस घरी का आहे हे त्यांनी जाणून घेतलं आणि मला विचारलं, ''आता पुढे काय करणार तुम्ही? अजून तुमचं तसं वय झालं नाही.''

''बघू काय करायचं ते! अजून काही ठरवलं नाही.''

देशपांडे निघून गेले आणि मी विचार करू लागलो. खरंच, आता करायचं काय? ऐन तारुण्यातील उमेद आता राहिली नाही त्यामुळे नवा काही व्यवसाय सुरू करणेही अवघडच होते. या मधल्या वयात आत्मविश्वास थोडा कमी झाला होता. काय करायचं हा भला मोठा प्रश्न माझ्यासमोर आ वासून उभा होता. आता फक्त आराम करा असं घरातील लोकांचं म्हणणं होतं; पण मी तर अजून फुल ऑफ एनर्जी होतो. तरुण वयातच एखादं कसलं तरी दुकान टाकलं असतं तर रिटायर होण्याचा व त्यानंतर वेळ कसा घालवायचा हा प्रश्न राक्षसासारखा समोर ठाकला नसता. मी घेईन तेव्हाच खऱ्या अर्थाने व्ही. आर. एस. झाली असती. माझ्या साध्या सरळ चाललेल्या आयुष्यात अचानकच हे संकट आलं होतं. गेल्या चार दिवसांचा माझा दिनक्रम मला काही सुखदायक वाटत नव्हता. सकाळी उठलं की आता काय करायचं तेच कळत नव्हतं. मला कसलीच घाई नव्हती. सकाळी सवयीप्रमाणे सहा वाजता जाग येत होती. उशिरा आरामात उठायचं, कसलीही घाई करायची नाही असं कितीही ठरवलं तरी सवयीला (स्वभावाला नव्हे) औषध नाही हेच खरं. चहा घेऊन मी तासभर फिरून येत होतो. सर्वांच्या आंघोळी झाल्यावर शेवटी माझा आंघोळीला नंबर लागत असे. माझा डबा आता नसल्याने पूनमला स्वयंपाकाची घाई नसे. खऱ्या अर्थाने तिला

आराम मिळाला होता. पूर्वी रोज सकाळी ऑफिसला जाण्यापूर्वी मी घाईघाईने वर्तमानपत्रातील फक्त हेडलाईन वाचून जात असे. पण आता मराठी, इंग्रजी हे सारे पेपर अथपासून इतिपर्यंत पुन्हा पुन्हा वाचून जवळ जवळ पाठ होत होते. कोणती बातमी कोणत्या पानावर आहे हे मी डोळे झाकून सांगू शकत असे. शांतपणे हळूहळू सर्व कामं केली तरी वेळ सरता सरत नव्हता. रेडिओ तरी किती वेळ ऐकणार? मित्रांकडे सारखं किंवा सकाळच्या वेळी कसे जाणार? मी रिकामा होतो पण दुसऱ्यांना का डिस्टर्ब करू?

एकदा सकाळी मी टाईमपाससाठी मंडईत भाजी आणायला गेलो तेव्हा येताना रस्त्यात थिएटर लागलं. जुन्या, मला अतिशय आवडलेल्या एका चित्रपटाची पाटी लागलेली दिसली म्हणून मी त्या चित्रपटाची मॅटिनीची तिकिटं काढून घरी आलो आणि पुनमला म्हणालो, ''चल, चटकन आवर. मी मॅटिनी सिनेमाची तिकिटं आणली आहेत. जाऊ या.''

''हे काय नवीनचं!'' ती नवलानं उद्‌गारली.

''का? काय झालं?'' मी विचारलं.

''अहो, मॅटिनी पाहायचे का दिवस आहेत आपले? कोणी पाहिलं तर काय म्हणेल?

''काय म्हणणार! रसिक आहेत म्हणतील, जुने चित्रपट मॅटिनीला लागतात. आणि आपल्या दिवसांना काय झालं आहे?'' मी.

''रिटायर झालात तुम्ही! शोभतं का आता हे?''

''त्याला काय झालं! नाइलाजानं मला रिटायर व्हावं लागलंय. अजून साठी गाठली नाही.''

''पण मला कामं आहेत. स्वयंपाक व्हायचा आहे अजून.''

''पण बिण काही नाही. तुझी नेहमी तक्रार असायची ना की मी वेळ देत नाही तुझ्यासाठी म्हणून! आता माझ्याकडे वेळच वेळ आहे. चल.'' मी तिला बोलूच दिलं नाही. आम्ही सिनेमाला गेलो. पण मग हे असंच होत गेलं. मी मोकळा होतो पण पूनम बिझी होती. तिला घरकामातून रिटायरमेंट नव्हती. ती म्हणायची, ''बायकांच्या कामांना अंत नसतो. काही आजारपण आलं किंवा आता काही करायचंच नाही, असं ठरवलं तरच यातून सुटका असते. अन्यथा कामं सदैव वाट पाहतच असतात. सकाळी केरवारे, स्वयंपाकपाणी, दुपारी रोज एक कपाट साफ करायचं काम काढलं तरी वेळ जातो. संध्याकाळी पुन्हा स्वयंपाक असतोच. मला तर घरात कधीच बोअर होत नाही.''

पुनमला घरकामाची आवड होती. मलाही आजवर कधी बोअर झालं नव्हतं. पण आता 'बोअर' या शब्दाचा खरा अर्थ कळू लागला होता. पेपर-पुस्तक वाचणं, टीव्ही-चित्रपट पाहणं, मित्रांशी गप्पागोष्टी करणं, फिरायला जाणं हे सारं करूनही वेळ शिल्लक राहत होता. माझ्यासारख्याच व्ही. आर. एस. घ्यावा लागलेल्या एका मित्राला मी विचारलं, ''तू कसा वेळ घालवतोस रे?''

''मी वेळ घालवत नाही. माझा वेळ छान जातो. रिटायर होऊन मला आता दोन महिने झाले. सुरुवातीला काही दिवस मस्त आराम केला. पण नंतर कंटाळा येऊ लागला. त्यावर मीच उपाय शोधून काढला. हल्ली मी बायकोला घरकाम आणि स्वयंपाक यामध्ये मदत करतो. घरात भरपूर कामे असतात. आम्हाला मूलबाळ नाही. ही एकटीच सारी कामं करत होती. कोणत्याही कामाला तिने बाई किंवा नोकर ठेवला नाही. ही कामं केल्यामुळे पैसा वाचतो, तब्येत छान राहते. आपोआपच व्यायाम होतो. स्वतः केल्यामुळे काम स्वच्छही होतं. शिवाय स्वतः सारं करण्यामधलं समाधान काही औरच असतं, असं तिचं म्हणणं आहे. कोणावरही अवलंबून राहावं लागत नसल्यानं सारी कामं वेळेवर व मनासारखी होतात. त्यात माझा वेळ चांगला जातो म्हणून तीही मला मदत करू देते. पूर्वी ती मला कोणत्याही कामाला हात लावू देत नव्हती. आता रोज आम्ही काही ना काही कामं शोधून काढतो. फरशा धुणं, भिंती साफ करणं, कधी पुऱ्या तर कधी शंकरपाळी, लाडू करणं असं चालू असतं. घरात कामाला तोटा नाही.''

मित्राचं हे बोलणं मला काही पटलं नाही. मला असल्या कामांची आवड नव्हती. तो माझा स्वभाव नव्हता. असल्या कामांमध्ये मन रमणं शक्यच नव्हतं. त्यानं मला विचारलं, ''तू काय करतोस हल्ली?''

''काहीच नाही. काय करावं तेच मला कळत नाही. एखादा वडाभजी पावचा गाडा सुरू करावा का, असा विचार करतो आहे.''

तो माझ्याकडे आश्चर्यानं पाहत राहिला. मी एक इंजिनियर आणि वडापावची गाडी! त्याच्या डोक्यात एक किडा सोडून मी निघून गेलो.

अलीकडे मला आजारी असल्यासारखं, थकल्यासारखं वाटत होतं. म्हणून मी पुनमला म्हटलं, ''एवढं थकल्यासारखं वाटतंय, मला डायबेटीस तर झाला नसेल ना? मधून कधी कधी हल्ली छातीत दुखतं. हार्टचा काही प्रॉब्लेम नसेल ना ग? मला वाटतं बी. पी.चा त्रास असेल. दोन दिवसांपासून डोकं दुखतंय.''

''तुम्हाला भारी भारी रोगच बरे आठवतात! साधं सुचत नाही वाटतं!

रिकामा वेळ असतो तेव्हा उगाच काही तरी विचार करत बसता आणि मग नको ते सारं मनात येतं. काही झालेलं नाही तुम्हाला! तरी पण मनात शंका आली आहे तर पूर्ण चेकअप करून घेऊन या!'' पुनम वैतागून बोलत होती.

सगळ्या टेस्ट केल्या व सारे रिपोर्ट नॉर्मल आले. कोठेच काही दोष निघाला नाही. म्हणजे सारे माझ्या मनाचेच खेळ होते तर! आपल्याला गंभीर असं काही झालं नाही या आनंदात मी घरी येत असताना कोणी तरी हाक मारली; पण ती हाक आपल्यासाठी नाही असं समजून तिकडे दुर्लक्ष करत पुढे चालू लागलो. पुन्हा हाक आली, ''आजोबा''. मी आवाजाच्या दिशेने पाहिले. तो मुलगा मलाच हाक मारत होता. आजोबा! कोण मी! आतापर्यंत मुलं मला काका म्हणून हाक द्यायची. आणि आज चक्क आजोबा! माझी मुलं अजून शिकत आहेत. त्यांची लग्नंही झाली नाहीत. आताच मी म्हातारा, आजोबा दिसायला लागलो की काय? मी हबकलोच! म्हातारा दिसलेलं म्हाताऱ्या झालेल्या माणसालाही आवडत नाही. मला आरशासमोर उभं राहून वारंवार भांग पाडणं, रंगीबेरंगी टी शर्ट घालणं आवडतं, शीळ घालावी, शिट्ट्या माराव्या असं वाटतं. पण या अकाली रिटायर होण्यानं माझी कोंडी झाली होती. कविवर्य भा. रा. तांबे यांच्या कवितेतील 'ढळला रे ढळला दिन सखया, संध्याछाया भिवविती ह्रदया' असे म्हणत माझे नेत्र पैलतीरी लागले नव्हते, तर कवी अनिलांच्या कवितेतील 'अजून यौवनात मी' अशी माझी स्थिती होती. आजूबाजूला कोणी नाही हे पाहून जरा जरी हिच्या जवळ गेलो, की विजेचा शॉक बसल्याप्रमाणे चटकन दूर होत ती म्हणते, ''हे काय, असा चावटपणा करणं आता शोभत नाही बरं का? कोणी पाहिलं तर म्हातारचळ लागलं असं म्हणतील.''

''खरंच का गं, मी म्हातारा झालो?'' मी काकुळतीनं विचारलं.

''तसं नाही. पण तरुणही राहिला नाहीत. दुसऱ्या कशात तरी मन रमवण्याचा प्रयत्न करा. आपल्या रिकाम्या वेळेचं नियोजन आपणच केलं पाहिजे.''

तेवढ्यात समोरचे देशपांडे आले. त्यांनी विचारलं, ''येता का ट्रीपला?'' ''कोठे जायचं?'' मी उत्साहाने विचारलं. म्हटलं, तेवढेच काही दिवस मजेत जातील. रिफ्रेश होऊन परत येऊ.

''यात्रा कंपनीकडून जायचं आहे. १७-१८ दिवस काशी रामेश्वर हा भाग फिरायचा.''

माझं मन खट्टू झालं. नैनिताल, कुलू-मनाली किंवा जम्मू-काश्मीर अशा निसर्गरम्य ठिकाणी जायला मला आवडलं असतं. एवढ्यातच काशी यात्रेला

जाण्यास मन राजी नव्हतं. माझा जीवनप्रवास अजून बराच बाकी होता. मन उदासीनतेनं भरून गेलं. हे असंच होत राहिलं तर मला डिप्रेशनचा विकार होईल असं वाटू लागलं. कशातच मन रमत नव्हतं. तशातच एके दिवशी माझ्या ऑफिसमधला माझ्याबरोबरच व्ही. आर. एस. घेतलेला पराडकर माझ्याकडे आला व एक फॉर्म माझ्यासमोर ठेवून म्हणाला, ''हा फॉर्म भर.''

''कसला फॉर्म आहे हा?'' मी विचारलं.

''ज्येष्ठ नागरिक संघाच्या सदस्यत्वाचा. तू मेंबर होऊन टाक.'' तो शांतपणे म्हणाला. माझ्या डोक्यात संतापाची तिडीक उठली. दुसरा कोणी समोर असता तर मी त्याला बदडलंच असतं. प्रयासाने मनावर काबू ठेवत मी म्हटलं, ''अरे, पण मी अजून साठ वर्षांचा कुठं झालोय?''

''होशीलच की चार-पाच वर्षांनी! रिटायर झाल्यामुळे काही प्रॉब्लेम नाही.''

खरंच की! थोड्या दिवसांनी साठी होणारच. घोडामैदान काही लांब नाही. कोणी जात्यात तर कोणी सुपात. एवढंच! प्रत्येकावर कधी ना कधी ही पाळी आहेच. मग मलाच का या गोष्टीचा त्रास होतोय! का एवढा संताप होतोय! माझं मन आपण ज्येष्ठ नागरिक झालो ही गोष्ट ॲक्सेप्ट का करत नाही? मी हातात फॉर्म घेत पराडकरला म्हणालो, ''माझं डोकं दुखतंय. तू फॉर्म ठेवून जा. नंतर वाचतो.''

तो निघून गेला. थोड्या वेळानं मीही माझं तापलेलं डोकं शांत करायला घराबाहेर पडलो. पाय नेतील तिकडे मी चाललो होतो. डोक्यात विचाराचं थैमान माजलं होतं. लवकर नोकरी गेल्यामुळे माझ्यावर ही पाळी आली होती. लोक म्हणतात, ''आजवरच्या आयुष्यात जे करायचं राहून गेलं ते करण्यासाठी ही संधी मिळाली आहे, असं समजायचं आणि ते करण्यात वेळ घालवायचा. पण माझं कुठं काय करायचं राहिलं आहे? अजूनही मस्त, चमचमीत खातोय, सिंगापूर-मलेशिया, ही छोटी फॉरेन टूर, केरळ, मध्यप्रदेश वगैरे भारताचा बराचसा भाग पाहून झालं. संधी मिळाली की भ्रमण करतोच. रसिकतेने सिनेमा, नाटके, संगीताच्या मैफलीचा आस्वाद घेतो. घर व आपली माणसे यांची जबाबदारी उत्तमरीत्या सांभाळली. विविध नाती सांभाळली, अनेक मित्र जोडले. आणखी काय करायचं?

चालता चालता घरापासून बराच लांब आल्याचे माझ्या लक्षात आले. पायही दुखायला लागले होते. डोकं चढलेलं होतंच. समोर एक देऊळ दिसलं.

बाहेर एक मोठं पिंपळाचं झाड होतं. त्याच्या खालच्या पारावर मी बसलो. एव्हाना संध्याकाळ झाली होती. थंड वारा वाहू लागला. त्यामुळे जरा बरं वाटले. लोकांची देवळात ये-जा सुरू होती. कोणी तरी गाऊ लागले. 'कैवल्याच्या चांदण्याला भुकेला चकोर...' त्यानंतर सुरू झाले, 'नाथाघरी नाचे माझा सखा पांडुरंग...'

एकामागून एक अभंग सुरू होते. शाश्वत जीवनसत्य सांगणारे शब्द, सुमधुर आवाज, टाळ-मृदुंगाची साथ, वातावरणात भरून गेलेला भक्तिरसाचा सौरभ या साऱ्यांमध्ये माझं मन कधी नी कसं रमून गेलं ते कळलंच नाही. माझी जणू ब्रह्मानंदी टाळी लागली. जड झालेलं डोकं हळूहळू शांत झालं. अभंगगीतं संपून आता दासबोधवाचन सुरू झालं. त्यातील शब्दांचा अर्थ आज प्रथमच मनाला स्पर्श करत होता.

मी आजवर हे काहीच वाचलं, ऐकलं नव्हतं. अभंगगाथा, ज्ञानेश्वरी, दासबोध तसेच अनेक उत्तमोत्तम ग्रंथ वाचायचे राहूनच गेले की! खरं तर तरुणपणीच हे सारं वाचलं तर त्याचा जीवनात उपयोग घेता आला असता. पण मी करंटा! मला हे कळलंच नाही. आता हे करायला मला वेळ, सवड आहे. बराच काळ अजून हातात आहे. त्यामुळे हे करता येईल. यासाठी म्हातारे होण्याची वाट का पाहायची? नाही तर कधी ना कधी मी निवृत्त होणारच होतो. कधी तरी थांबायचंच होतं. मग आताच थांबायला काय हरकत आहे? संत साहित्याच्या गोडीची झलक आताच आपण अनुभवली. ते आवडू लागलं याचा अर्थ मी म्हातारा झालो असा नाही, तर जे मला माहीतच नव्हतं ते आता कळलं. त्यासाठी वयाची अट नसतेच, असली तरी वृद्धत्व हे येतंच, ते स्वीकारावं लागतं. मग ते आनंदानं का स्वीकारू नये!

नकळत मी आता ऐकलेले अभंग गुणगुणू लागलो. 'कानडा राजा पंढरीचा...' घरी जाऊन ज्येष्ठ नागरिक संघाचा फॉर्म भरायचा, एखादं भजनी मंडळ जॉइन करायचं. छान उत्तम ग्रंथ वाचण्यात दुपार घालवायची असे बेतही करत मी घराकडे निघालो. आज खऱ्या अर्थाने माझी अनिच्छा निवृत्ती-स्वेच्छानिवृत्ती झाली होती.

■

सार्थक

■

माझ्या एका महत्त्वाच्या कामासाठी संबंधित ऑफिसमध्ये अनेक वेळा फेऱ्या मारून मी कंटाळले होते; पण अजूनही माझं काम होत नव्हतं. त्यामुळे मी खूप वैतागले होते. या वयात असे हेलपाटे घालताना चिडचिड होत होती. पण ते काम होणं आवश्यक होतं, म्हणून शेवटी आज नाइलाजाने मी कलेक्टर ऑफिसमध्ये आले होते. सकाळी अकराची वेळ असल्याने कडक ऊन होतं. मी अगदी घामाघूम झाले होते. जिना चढून आल्याने धापही लागली होती. हातरूमालाने मान व चेहरा पुसत मी समोर पाहिलं. तिथल्या केबिनवर पाटी होती 'जिल्हाधिकारी- मा. रामचंद्र बारणे'. इथे तरी आपलं काम होतं की नाही कोण जाणे! मनात शंकेची पाल चुकचुकत होती. सरकारी लाल फितीमध्ये अडकलेली कामं लवकर थोडीच होतात! कागदी घोडे हलता हलत नाहीत हेच खरं! मी एक उसासा सोडून तिथल्या बाकावर बसले. ऑफिसमध्ये बरीच गर्दी होती. किती वेळ लागणार, आपला नंबर कधी लागणार, इथे तरी आपलं काम होणार की नाही, असा विचार करत असताना लोकांची दबक्या आवाजातील कुजबुज कानावर आली, 'साहेब आले... साहेब आले.'

मी जरा सावरून बसले. पुढच्याच क्षणी बुटांचा टक टक असा आवाज आला. आणि एका लयीत दमदार पावलं टाकत साहेब आत येताना दिसले. त्यांच्या मागून हातात फायली घेतलेला शिपाई जवळ जवळ धावतच चालला होता. चटपट पावलं टाकताना साहेबांनी एकदा आपल्या धारदार नजरेनं

हॉलमध्ये बसलेल्या सगळ्यांकडे पाहिलं. माझी आणि त्यांची क्षणभर नजरानजर झाली. किंचित रोखून त्यांनी माझ्याकडे पाहिल्याचा मला भास झाला. दुसऱ्याच मिनिटाला ते आपल्या केबिनचे झुलते दार उघडून आत निघून गेले. बाहेर ताटकळत बसलेल्या सर्वांच्या नावाच्या चिठ्ठ्या लिहून घेऊन शिपायाने आत नेऊन दिल्या. माझ्या आधी आलेले दोघे आत जाऊन आपलं काम उरकून पंधरा मिनिटांत बाहेर आले आणि अचानक काय झाले कोणास ठाऊक! आजुबाजूच्या सात-आठ केबिन्समधून तेथील अधिकारी बाहेर आले व साहेबांच्या केबिनमधे शिरले. मी डोक्याला हात लावला. या सर्वांची काही तरी तातडीची मीटिंग दिसते. ती संपायची कधी व माझा नंबर लागून माझं काम व्हायचं कधी? पण थांबणे भाग होते. तेवढ्यात शिपायाने माझ्या नावाचा पुकारा केला व मला आत बोलावल्याचे सांगितले. काहीशी चकित होतच मी उठले आणि केबिनमध्ये गेले. तेथे थोड्या वेळापूर्वी आपापल्या केबिनमधून आलेले अधिकारी बसले होते. मी थोडीशी गोंधळले. शिपायाने एका खुर्चीकडे बोट दाखवून मला तेथे बसायला सांगितले. 'नमस्कार' असे सर्वांना हात जोडून म्हणत मी बसले. आणि अनपेक्षितपणे कलेक्टरसाहेब आपल्या जागेवरून उठून माझ्याकडे आले आणि खाली वाकून माझ्या पायाला स्पर्श करत मला नमस्कार केला. मी थक्क झाले. अगदी भांबावून गेले. माझ्याकडे किंचित हसून पाहत त्यांनी विचारलं, ''बाई, मला ओळखलं का?''

मी गोंधळून बघतच राहिले होते.

''मी रामचंद्र- तुमचा रामू! सुमारे २५ वर्षांपूर्वी आदिवासी भागातील शाळेत तुम्ही मला शिकवायला होता. मी नेहमी उशिरा यायचो म्हणून मला तुम्ही रागावत होता. एकदा माझ्या घरीही आला होता. आठवतं का?''

त्यांनी एवढा संदर्भ दिल्यावर माझ्या स्मृतिग्रंथाची पाने भूतकाळापर्यंत फडफडत गेली आणि ते सारे दिवस आठवले. मी बी. ए.च्या शेवटच्या वर्षाला असताना अचानक माझे बाबा वारले. आई व लहान बहीण-भाऊ यांची जबाबदारी आता माझ्यावर होती. बाबांनी त्यांच्या मागे फारसे काही पैसे वगैरे ठेवले नव्हते. ते शाळेत मास्तर असल्यामुळे संसार चालत होता, तेही आता बंद झाले. चरितार्थासाठी काही तरी करणे मला भाग होते. चार-पाच महिने कसेतरी चालले. मी बी. ए. झाल्यावर त्या वेळच्या नियमानुसार आवश्यक असा एक छोटा कोर्स केला आणि अनेक ठिकाणी इंटरव्ह्यूसाठी बोलावणे आले. पण वशिला नसल्याने सगळीकडे मला नाकारले जात होते. एका सरकारी शाळेत इंटरव्ह्यू झाला आणि मला नोकरी मिळाली, पण माझी नेमणूक एका आदिवासी

भागातील एका शाळेसाठी झाली होती. त्या डोंगराळ भागात तरुण वयाम ध्ये नोकरीसाठी एकटे जाऊन राहणे तसे धोक्याचेच होते. आईला भावंडांच्या शिक्षणासाठी घरी राहणे भाग होते. आणि पैशांची गरज असल्याने मिळेल ती नोकरी पत्करण्याशिवाय माझ्यापुढे दुसरा पर्याय नव्हता. त्यामुळे अधिक विचार न करता मी कामावर रुजू झाले.

या भागात शिक्षणाचे महत्त्व कोणाला फारसे वाटत नव्हते. सगळा भाग तसा मागासलेला होता. शाळा कशीबशी चालली होती. विद्यार्थी फारच कमी होते. पटावर एकूण संख्या ४२ असली तरी वर्गात २०-२२ विद्यार्थीच उपस्थित असत. पहिलीत सहा, दुसरीत पाच, तिसरीत सहा व चौथीत चार यापेक्षा जास्त विद्यार्थी नसत. उलट यातही रोज दोन-चार विद्यार्थी गैरहजर असत. बरेचदा विद्यार्थ्यांना त्यांच्या घरी जाऊन बोलावून आणावे लागत असे. जागेअभावी चारही वर्गांचे चौथीपर्यंतचे विद्यार्थी एकाच वर्गात बसत असत. तशा स्थितीत एकेका कोपऱ्यात एका-एका वर्गाला आळीपाळीने मी शिकवू लागले. ती छोटीशी शाळा एका जुन्या इमारतीतील खोलीत भरत होती. बांधकाम जुने होते. वर पत्रे टाकलेले असल्यामुळे ऊन, पाऊस आत येत असे. मुले उन्हात तडफडत वा पावसात भिजत शिकत असत. खालची जागा असल्याने कुत्री-मांजरीही येत असत. एकदा तर एक म्हैस आत आली होती.

"आज नवीन विद्यार्थी आला वाटतं!" असं हसण्यावारी म्हणत मी त्या प्रसंगालाही तोंड दिलं.

शाळेच्या जवळच मला एक खोली मिळाली होती. ती जमेल तशी छान सजवून मी तिच्यात राहत होते. रोज पहाटे उठून सर्व घरकाम व स्वयंपाक उरकून मी वेळेवर शाळा सुरू करत होते. घरातील व शाळेतील कामं स्वतः करण्यात मला वेगळाच आनंद मिळत होता. पगार झाला की जरुरीपुरते पैसे ठेवून घेऊन बाकीचे पैसे घरी पाठवत होते. त्या ओसाड भागात सुरुवातीला घाबरणारी मी हळूहळू स्थिरावू लागले, सरावू लागले. गावातल्या प्रेमळ लोकांच्या आधाराने राहू लागले. शाळेतही जम बसू लागला. विद्यार्थ्यांना शिस्त लावण्यास मी सुरुवात केली. वेळेचे महत्त्व समजावून सांगू लागले. जीव तोडून शिकवू लागले.

तिसरीच्या वर्गातील रामू रोज शाळा सुरू झाल्यानंतर तास-अर्धा तास उशिरा येतो हे माझ्या लक्षात आलं. त्याबद्दल मी अनेकदा त्याला हटकलं. कधी गोड बोलून समाजावून सांगितले, कधी रागावून ताकीद दिली; पण त्याच्या वागण्यात बदल होत नव्हता. याचा मला राग येऊ लागला. शाळेची अशी एक शिस्त असते. याच वयात वक्तशीरपणा अंगी बाणला पाहिजे. याबाबतीत मी

कडक धोरण अवलंबलं होतं, पण कितीही सांगितलं तरी रामू ऐकत नव्हता. असा वागत राहिलास तर शाळेतून काढले जाईल, अशी धमकी दिली; पण त्याच्यावर कशाचाच परिणाम होत नव्हता. मात्र त्याच्यात एक फारच चांगला गुण होता, की मी रागावले तरी तो कधी उलट उत्तर देत नव्हता. गप्प राहत होता.

रामू अभ्यासात तसा चांगला होता. मी वर्गात शिकवत असताना तो मन लावून ऐकायचा. शिकवलेले समजले किंवा काही तरी नवीन शिकवले की त्याच्या डोळ्यात एक वेगळीच चमक, एक वेगळा आनंद दिसायचा. माझ्याबद्दल आदरभाव त्यात स्पष्ट उमटायचा. जेवढा अभ्यासात तो हुशार होता, तेवढाच खोड्या करण्यातही तरबेज होता. रोज मधल्या सुट्टीत फळ्यावर मजेशीर चित्रे काढायचा. टिवल्याबावल्या करून सगळ्या वर्गाला हसवायचा. त्याच्या शंकाही गमतीदार असत. त्याला उत्तर देताना कधी कधी माझा गोंधळ उडत असे. त्याच्या खोड्या व शंकांमधून त्याची हुशारी लक्षात येत असे. अनेक वेळा त्याने मला घाबरवून सोडले होते. झाडाला उंचावर बांधलेल्या झोपाळ्यावरून झोके घेताना जास्तीत जास्त उंच जायचे व वरून खाली धपकन उडी मारायची. हे पाहूनच माझ्या पोटात भीतीने गोळा यायचा, काळजाचा ठोका चुकायचा. एखाद्या वेळी वरून पडला आणि हातपाय मोडले किंवा डोक्याला मार बसला तर...पुढच्या कल्पनेनंच मला घाम फुटायचा.

शाळेमध्ये एका विद्यार्थ्याला खोकला झाला, त्या वेळी दुपारचा डोस घेण्यासाठी त्याच्या आईने त्याला दप्तरात औषधाची बाटली दिली होती. ती रामूला दिसली आणि काय आहे हे पाहण्याच्या उत्सुकतेपोटी त्याने ती उघडली व चव घेण्यासाठी तोंडाला लावली आणि 'काय मस्त लागतंय सरबत' असं म्हणून बाटलीतलं सारं औषध त्याने पिऊन टाकलं. इतर मुलांनी हे सांगितल्यावर माझे धाबे दणाणले. त्याला लगेच दवाखान्यात भर पावसात नेण्याची धावपळ करताना माझी चांगलीच दमछाक झाली.

एकदा तो शाळेत आला नाही म्हणून त्याच्या मित्राला मी विचारले, ''आज रामूने दांडी का मारली?''

''काल त्याच्या आईने त्याला लय मारलंय. त्याचं समदं तोंड सुजलंय, हातपाय दुखतायत म्हणून आला नसंल.''

''पण आईनं इतकं का मारलं?''

''तिनं शेतामध्ये चार तास पायपीट करून तोडून आणलेल्या पालेभाज्या त्यानं गोठ्यातल्या गायीम्हशींना खाऊ घातल्या म्हणून चिडलेल्या आईनं त्याला

गुरासारखं बदडलं.''

आधीच घरात अठराविश्वे दारिद्र्य! त्यात हा असा भूतदया दाखवू लागला तर आई वैतागणारच ना! रामूच्या सुपीक डोक्यातून कधी काय कल्पना येईल याचा काही नेम नव्हता. एकदा रात्रीच्या वेळी आईने झोपडीत लावलेल्या रॉकेलच्या चिमणीची ज्योत मुठीत पकडण्याच्या खटाटोपात आपले हात भाजून घेतले होते. काय करावं आता याला! कितीही समजावलं तरी काही उपयोग होत नव्हता. शाळेत दीड-दोन तास उशिरा येणे सुरूच होते. एकदा कंटाळून मी त्याला म्हटलं, ''आज शाळा सुटल्यावर थांब. तुझ्या आईला भेटायला मी तुझ्या घरी येणार आहे.''

त्याच्या चेहऱ्यावर किंचित आश्चर्य उमटलं. आपली तक्रार सांगायला येतात की काय, अशी भीती त्याला वाटेल असं मला वाटलं, पण त्याच्या चेहऱ्यावर तसं काही दिसलं नाही. दुपारपर्यंत सर्व वर्गाला शिकवलं. नंतर महिनाअखेर असल्याने कॅटलॉग भरणं तसेच इतर कामं करणं यात दुपारी चार कधी वाजून गेले ते कळले नाही. खरे तर महिनाअखेर असल्याने अर्धी सुट्टी होती पण सारे आवरण्यात बराच वेळ गेला. मी बाहेर आले तर समोरच्या झाडाखाली रामू एकटाच गोट्या खेळत होता.

मी म्हटलं, ''रामू, अजून घरी का गेला नाहीस? आई वाट पाहत असेल ना!''

तो धावत माझ्याजवळ आला आणि म्हणाला, ''माझ्या घरला येनार हाय ना तुमी? म्हणून थांबलोय.''

मी त्याला धमकवायला तसे म्हणाले होते. ते तो खरेच समजला होता. बिचारा शाळा सुटल्यापासून मला घरी नेण्यासाठी थांबला होता. काही खाल्ले तरी होतं की नाही कोणास ठाऊक? बाकीची मुले केव्हाच घरी गेली होती. मी त्याला म्हटलं, ''रामू, आता उशीर झाला रे, पुन्हा कधी तरी येईन. जा आता घरी जेवायला.''

''आसं ओ काय बाई! चला की.'' तो अजिजीने म्हणत होता. मी येत नाही म्हटल्यावर त्याच्या डोळ्यात नाराजी स्पष्ट दिसली. त्याने खूपच आग्रह केला तेव्हा मी विचार केला, इतका वेळ हा थांबला आहे तर जावे. नाही तरी उद्या रविवार-सुट्टी आहे. तेव्हा आराम करता येईल. मी म्हटलं, ''बरं चल.''

रामूने आनंदाने उडीच मारली. शाळेला कुलूप घालून पर्स उचलली आणि मी त्याच्याबरोबर चालू लागले. बघता बघता आम्ही गावाबाहेर आलो. पुढे छोटीशी पायवाट होती. रस्ता अगदी निर्मनुष्य होता. क्वचित एखादा माणूस

रस्त्यावर दिसत होता. रामू माझ्यापुढे वेड्यावाकड्या उड्या मारत तर कधी धावत चालला होता. त्याच्या मागे चालताना माझी तारांबळ उडत होती. बरेच पुढे गेल्यावर मध्येच रामू मागे वळून पाहायचा व मला म्हणायचा, ''या इकडनं! तिकडं पाय ठिवला तर काटं टोचत्याल. जरा सांभाळून, दमानं!''

कधी चढ, कधी उतार, मधेच काटे किंवा पाणी असा वेडावाकडा रस्ता होता. रोजच्या सवयीने रामू माकडासारखा टणाटण उड्या मारत चालला होता. शीळ घालून व वेगळाच आवाज काढून तो पक्ष्यांना साद घाली, तेव्हा पक्ष्यांचा कलकलाट वाढत होता हे लक्षात येऊन मी त्याला म्हटलं, ''रामू, तुला पशूपक्ष्यांची भाषा येते वाटतं?''

''जरा जरा कळतंय... रोज जाता येता आयकून आयकून त्यांच्यासारखा आवाज काढाय लागलो. त्ये काय म्हनत्यात ते काय कळत न्हाय. पर गायी-म्हशी, कुत्री-मांजर ह्यासनी जरा कुरवाळलं की ते पण माया करत्यात. मला बघितलं की पळत येत्यात, मला चाटत्यात. त्यांच्या डोल्यात लय माया दिसती. माझ्या जवळ असलं तर त्यास्नी भाकर तुकडा खायला घालतो. पक्ष्याला दानं टाकतो. माझ्या घराच्या दारात गुरं आनी पक्ष्यांना पाणी प्यायला मी तसराळी भरून ठेवतो. दिवसभर भटकून गुरं आणि सांजपतुर उडून पक्षी थकत असत्याल, त्यानला भूक लागत आसल. त्यांना माय घालनार हाय का प्रेमानं खायला! आपुनच त्यांची दया करायची. तुमीच सांगितलं न्हाय का भूतदया कराया पायजेल म्हणून!''

रामूने माझी शिकवण नुसती ऐकली नव्हती तर अंगी बाणवली होती, हे पाहून मला फार आनंद वाटला. त्याला झाडाफुलांची, निसर्गाची भरपूर माहिती होती. तिथल्या ओढ्याला पूर येऊन पाणी कधी वाढतं, कधी ओसरतं, पाण्यात कोठे न दिसणारे खड्डे आहेत यासारखी बारीकसारीक माहिती तो सांगत होता. आजूबाजूची झाडे, वेली, फुले-फळे यांची नावे व खास वैशिष्ट्ये ऐकल्याने माझ्या ज्ञानात भर पडत होती. रस्त्यामधली आजपर्यंत न पाहिलेली रानटी फुले पाहून मी त्याला विचारलं, ''या झाडांना कोण पाणी घालत रे?''

''ह्यानला कोण घालणार पानी? प्यायाचं पानी आनायला चार-पाच कोस लांब हांडं-कळश्या घिऊन जाया लागतं. तर झाडानला कोन आनून घालनार! पावसाच्या पान्यावरच वाढत्यात ही झाडं! बिन आईबापाची पोरं कशी आपुनच वाढत्यात तशीच! माझ्यासारखी आयतं द्यायला त्यांना माय असती का? मीच शाळेतनं येताना माझ्या बाटलीत राह्यल्यालं पानी वततो रोज एका झाडाला. त्यानं काय हुनार म्हना! पण तेवढंच खारुटीच काम व्हतं.''

रामूला रामायण माहीत होतं तर! कोणीही न शिकवता त्याला झाडे व पशूपक्ष्यांविषयी प्रेम होतं. मला या साऱ्याचं भारी कौतुक वाटलं. मी त्याला म्हटलं, ''तिकडे आमच्या घरी मी गुलाब, मोगरा, जास्वंदी अशी फुलांची झाडं लावली आहेत. मी इकडे आल्यावर माझी आई त्यांना पाणी घालत असेल. मी यायच्या आधी दारात पांढऱ्या शुभ्र फुलांचा वेल छान मोहरला होता.''

''कंच्या फुलांचा एल हाय त्यो?'' त्याने विचारलं.

''जुईचा! छान गजरे होतात त्याचे. मला फार आवडतात.'' मी.

''मग ठीक आहे. बाई तुम्हाला ठाव हाय का, की दारात कधीही जाईचा एल लावाचा नाही. घरात असलेलं सारं 'जाई' असं म्हणतात.''

''हे काय! हे तू नवीनच सांगितलंस.''

''आता हे केळीचं झाड पाहिलं ना! केळ इताना म्हणजे त्यातून घड बाहेर पडताना जो आवाज येत्यो त्यो ऐकला की मानूस मरतं म्हणे! केळीचा घड काढताना खालच्या बाजूला बुंध्यावर घाव घालायचा आणि मग वरचा घड काढायचा असतो. आधी आई मारायची अन् मागन पोरं घ्यायाची.'' रामू बोलत होता आणि मी आश्चर्याने आ वासून त्याच्याकडे पाहत होते. अशा अनेक नवलाच्या माहितीच्या गोष्टी ऐकत मी त्याच्याबरोबर वेगाने चालले होते. माझे पाय दुखायला लागले. मी विचारलं, ''अजून किती लांब आहे रे तुझं घर?''

''आलंच की आता! हितनं वळलं की झालं! तुमी दमलायसा जनू!''

खरंच मी दमून गेले होते. एवढं चालायची सवय नव्हती. मी मनात म्हणत होते, एवढ्या लांबून, असल्या रस्त्यातून रोज सकाळी येणाऱ्या रामूची धन्यच आहे. त्याला उशिरा येण्याबद्दल आता कधी रागवायचे नाही असे मी मनोमन ठरवले आणि त्याला म्हणाले, ''रामू, तुझं सगळ चांगलं आहे पण ही जी खेडवळ भाषा बोलतोस, ती सोडून दे. हाय, न्हाय, न्हवं, आपुन, पानी-लोनी हे कसले शब्द वापरतोस तू!''

त्याने मान डोलावली. थोड्याच वेळात समोरच्या मोठ्या पटांगणावर जवळ जवळ अशा पाच-सहा झोपड्या दिसल्या. त्यातील एक झोपडी म्हणजे रामूचे घर होते. बाहेरच एक गाय व म्हैस बांधलेली होती. रस्त्यातून येताना तोडून आणलेले गवत व झाडाच्या कोवळ्या फांद्या रामूने त्यांच्यासमोर टाकल्या व 'आये, आये' अशा मोठ्याने हाका मारत तो पळतच आत गेला. पण ती तेथे नसावी. मागच्या दाराकडून जरा लांबूनच तिच्या ओरडण्याचा आवाज आला, ''काय रं?''

''अगं, बग की कोन आलंय आपल्या घरला त्ये! भाईर ये बघू

बिगीनं!''

काही क्षणातच साधारण ३५-३६ वयाची खेडवळ बाई दारात आली. नऊवारी मळकट लुगडं, खणाची चोळी, गोरीपान, कपाळावर कुंकवाची लालभडक आडवी चिरी, केसांचा बुचडा अशी देखणी बाई मला बघून दचकल्यासारखी वाटली. घाईघाईने तिने डोक्यावरून पदर घेतला आणि 'मी कोण असावी?' या विचारात प्रश्नार्थक मुद्रेने माझ्याकडे पाहत उभी राहिली. चटकन रामूने तिला सांगितलं, ''अग आये, माझ्या शाळेच्या बाई तुला भेटाया आल्यात.''

त्याची आई कावरीबावरी होऊन क्षणभर माझ्याकडे पाहत उभी राहिली. नंतर चटकन सावरत तिने म्हटलं, ''या की आत''.

छोट्याशा दारातून वाकून मी आत गेले. त्याच्या आईनं कोपऱ्यातलं घोंगडं आणून लगबगीने जमिनीवर अंथरलं. त्यावर मी बसले. रामूची झोपडी छोटीशीच पण स्वच्छ आणि सुंदर होती. जमीन शेणाने सारवलेली होती. घरात असलेली थोडीच भांडी घासून स्वच्छ लखलखीत केलेली दिसत होती. भिंतीवर लाकडी काटवट अडकवलेली होती. दोरीवर धुतलेले कपडे लटकत होते. कोपऱ्यात कुंची घालून दुपट्यात पांघरलेली रामूची तान्ही बहीण झोपलेली होती. सामान कोपऱ्यात व्यवस्थित रचून ठेवलेले होते. रामूच्या आईने एका ताटलीत गुळाचा खडा व पाण्याचा तांब्या माझ्यासमोर आणून ठेवला. मला तहान लागलीच होती. भांडं नसल्यामुळे मी पाणी प्यायला तांब्या उचलला. तेवढ्यात रामू म्हणाला, ''बाई, उन्हातनं आलाय. नुसतं पाणी पिवू नका. थोडा गूळ खा म्हणजे ऊन बाधनार न्हाय.''

याबाबतीत रामूच माझा गुरू होता. मी मुकाट्यानं थोडा गुळ खाल्ला व नंतर पाणी प्यायले. आता सावलीत आल्याने खूप बरं वाटलं. रामूची आई अडाणी होती, माझ्याशी काय बोलावं हे तिला कळत नव्हतं. दुसऱ्या एखादीनं आपल्या मुलाच्या शाळेतील वर्तणुकीची, अभ्यासाची चौकशी केली असती. पण त्याच्या शिक्षणाबद्दल तिला फारशी आस्था वाटत नव्हती. शेवटी मीच बोलायला सुरुवात केली.

''शाळेपासून तुमचं घर फार लांब आहे. रामू एवढी तंगडतोड करून रोज येतो.''

मी मनाशीच म्हणाले, 'हा उशिरा येतो म्हणून तक्रार करायला मी आले होते ना! आणि आता नकळत मी त्याचा कैवार घेऊन कशी बोलतेय?'

''साळा लई आवडत्यी त्याला!''

''तुम्ही एखादी सायकल घेऊन द्या त्याला! म्हणजे त्याचा येण्याजाण्याचा वेळही वाचेल आणि तो दमून जाणार नाही.''

मी असं म्हटल्यावर रामू व त्याची आई एकमेकांकडे पाहू लागले. घरात दारिद्र्य दिसत असून मी असे कसे बोलून गेले? मी जीभ चावली.

''सायकल कुठनं आननार! पैका नको का? आमी तर राम्याला साळा सोड आणि कामात मदत कर म्हणून मागं लागलोय, पन त्यो आयकत नाही. कामंबी करतो आणि साळला पन जातो.''

''नाही, नाही, त्याची शाळा सोडवू नका. त्याला शिकू द्या. फार हुशार आहे तुमचा रामू! खूप शिकून नाव काढेल तुमचं! मग घर सुधारेल तुमचं! त्याला शिकेल तेवढं शिकवा.'' मी चटकन म्हणाले. त्याची आई लक्ष देऊन ऐकत होती. रामूचे कौतुक ऐकून ती खूश झाली. तेवढ्यात रामूने मागच्या अंगणातील झाडाचे पेरु, केळी असा काही रानमेवा माझ्यापुढे आणून ठेवला. मीही त्याचा मनापासून आस्वाद घेतला. शबरीच्या भक्तिभावाने दोघे माझ्याकडे पाहत होते. थोड्याच वेळात मी रामूला म्हणाले, ''आता निघते मी! अंधार पडायला सुरुवात होईल आता.''

''खरंच की! जाऊ या लगीच.'' रामू.

''आता पुन्हा तू इतक्या लांब कशाला येतोस?''

''तुमाला रस्ता गावायला नको का! मी वस्तीपातुर येतो मग जा तुमी.''

रामू ऐकणार नव्हता. मी उठून उभी राहिले. त्याची आई म्हणाली, ''या पुना! आणि रामूकडं लक्ष असू द्या.''

''तुम्ही पण लक्षात ठेवा. रामूला खूप शिकवा.'' मी म्हणाले.

रामूने त्याच्या पद्धतीने माझ्या पायावर डोके ठेवले. मी त्याच्या मस्तकावर आशीर्वादाचा हात ठेवला. आणि आम्ही तेथून बाहेर पडलो. पुन्हा एवढे चालायचे होते. माझे पाय तर दुखत होते, पण मन मात्र भरलेलं होतं. आज मला किती तरी नवीन गोष्टी कळल्या होत्या. खेड्यापाड्यात, दऱ्याडोंगरात राहणारी मुलं किती कष्ट घेऊन शिकतात, हे मी आज प्रत्यक्ष पाहिलं होतं. घरात विरोध असतानाही केवळ स्वतःला ज्ञानग्रहणाची आस असल्याने त्यासाठी धडपडणारी, अशी ही रानात उमलणारी जणू फुलेच होत. नकळत्या वयातही रामूला खूप काही ज्ञान होतं. आणखी मिळवण्याची इच्छा होती. योग्य दिशा व मार्गदर्शन त्याला मिळाले तर तो कुठल्याकुठे जाईल. मी विचार करत चालले होते. रामू काही बोलत होता, पण माझं तिकडं लक्ष नव्हतं. मला रामूसाठी काय करता येईल हे मी पाहत होते.

एक तारखेला माझा पगार झाल्यावर मी त्याला एक सायकल घेऊन दिली. त्याच दरम्यान माझी दुसरीकडे बदली झाली. आता इथे बऱ्यापैकी जम बसला होता, तर गाव सोडायची वेळ आली. जड मनाने इथला निरोप घेताना रामूला भेट म्हणून सायकल दिली; पण त्या सायकलीच्या आनंदाऐवजी मी जाणार याचेच अपार दुःख त्याच्या चेहऱ्यावर दिसत होतं. त्या गावच्या अनेक आठवणी सोबत घेऊन मी तिथून बाहेर पडले. पुन्हा कधीच तिथे जाण्याचा योग माझ्या आयुष्यात आला नाही. अधुनमधून त्या गावाची, रामूची व अन्य आठवणी यायच्या. नंतर त्याचाही विसर पडला.

आता इतक्या वर्षांनी रामू मला बदललेल्या रूपात, वेषात व चेहऱ्यात दिसत होता. मी कशी त्याला ओळखणार? शक्यच नव्हते ते! पण रामूने आठवण करून दिल्यावर मला सारं सारं आठवलं. नकळत मी पुटपुटले, ''रामूऽ!''

''होय बाई! किती वर्षांनी भेट होत आहे. आठवतंय ना तुम्हाला? मी लहानाचा मोठा झालो, माझ्यात खूप बदल झाला आहे. त्यामुळे तुम्ही मला ओळखू शकणार नाही, हे मला माहीत आहे; पण मी तुम्हाला एक दिवसही विसरलो नाही. माझ्या आवडत्या आदरणीय बाई म्हणून माझ्या मनीमानसी नित्य तुमची प्रतिमा पूजत आलो. प्रत्येक यश मिळाल्यावर मनोमन तुम्हाला वंदन केले. आज मी जो काही आहे, या कलेक्टर पदापर्यंत पोचलो आहे त्यामागे तुमचेच आशीर्वाद आहेत असं मी मानतो. म्हणूनच माझ्या दैवताला आज मी लगेच ओळखलं. वयाच्या काही खुणा सोडल्यास तुमच्यात फारसा बदल झालेला नाही. त्यामुळे ओळखणं अवघड नव्हतं. तुम्हाला पाहून मी आत आलो आणि माझ्या या बाईंना सर्वांना दाखवावं, माझ्या यशात तुमचा मोलाचा वाटा आहे हे सांगावे या उद्देशाने मी या साऱ्यांना बोलावून मगच तुम्हाला आत बोलावले.''

''पण तू... तुम्ही कलेक्टरपर्यंत क... कसे?'' मी अडखळले.

''म्हणून तर याचे श्रेय तुम्हाला आहे असे म्हणतोय ना मी! तुम्ही माझ्या आईला सांगून गेलात, की याला खूप शिकवा. माझ्या आईने ते चांगलेच मनावर घेतले. तुम्ही दिलेल्या सायकलवरून रोज शाळेत जाऊन मी प्राथमिक शिक्षण पूर्ण केले. त्या गावात चौथीपर्यंत शाळा होती त्यामुळे शिकायला पुढे दुसरीकडे जावे लागले. घरात आर्थिक अडचणी तर भरपूर होत्या; पण आईने दुसऱ्यांच्या घरी कामे करून मला आवश्यक ते पैसे देऊन माझे शिक्षण पुढे चालू ठेवले. काही सरकारी सवलतींचे फायदे, वर्गात नेहमी पहिला नंबर आल्याने मिळालेल्या स्कॉलरशीप्स, बक्षिसाचे पैसे या सर्वांची सुदैवाने साथ मिळाल्याने

शिक्षण चालले होते. कॉलेजशिक्षणाच्या वेळी तर आईने शेताचा छोटा तुकडा विकला. घरी दागिने कधी नव्हतेच. त्यामुळे केवळ नशिबाने साथ दिल्याने माझे सारे शिक्षण झाले. तेव्हा पहिली आठवण तुमची झाली; पण तुम्ही कोठे आहात ते माहीत नव्हते. तुम्हाला भेटायची इच्छा मनापासून होती म्हणूनच आज अचानक भेट झाली.''

रामू बोलत होता. अगदी शुद्ध मराठी भाषा होती ती! त्यात खेडवळपणाचा लवलेशही नव्हता. त्याला उच्च पदावरची नोकरी मिळाली. मी अगदी भरून पावले.

तेवढ्यात तिथे आलेल्या चपराशाकडून रामूने हार घेतला व माझ्या गळ्यात घातला आणि म्हणाला, ''आमचा हा हरी फार चलाख आहे. मी सांगितलेल्या वस्तू त्याने १५ मिनिटांत आणल्या. हे घ्या.'' असे म्हणून त्याने माझ्या हातात साडीचे बॉक्स व स्वतःच्या हातातून काढून सोन्याची अंगठी ठेवली. मी थक्क होऊन गेले. त्याने माझ्या पायावर पुन्हा डोके ठेवले. मी गडबडीने म्हणाले, ''अरे, हे काय? मला हे न...''

''अं... हं काही बोलायचंच नाही तुम्ही! मी मुळीच ऐकणार नाही. ही गुरुदक्षिणा समजा. माझी फार दिवसांची इच्छा आज पूर्ण होत आहे.'' रामूच्या चेहऱ्यावर खरोखरच फार आनंद दिसत होता. त्याच्या हाताखालचे सारे अधिकारी कोणीही न सांगता एकामागून एक माझ्या पाया पडत होते. तिथे असलेले सारे लोक हा अपूर्व सोहळा पाहत होते. माझे डोळे भरून आले होते. माणसे चरितार्थासाठी पैसे कमावतात. कोणी चांगली, कोणी वाईट कामे त्यासाठी करतात. पैसा या साऱ्यांना मिळतो, पण तो चांगल्या का वाईट मार्गाने मिळवला याला नक्कीच महत्त्व आहे. मी गरज म्हणून तेव्हा शिक्षिकेची नोकरी केली. त्यात मला जॉब सॅटिस्फॅक्शन तेव्हाही मिळाले होते; पण रामूसारखा एक विद्यार्थी माझ्यामुळे घडला म्हणून आज मला त्याचं सार्थक झालं असं वाटलं. इतके लोक शिक्षक म्हणून काम करतात, पण कितीजणांना रामूसारखे विद्यार्थी लाभतात व नोकरीचे सार्थक झाल्याचा आनंद देतात? या विचाराने माझ्या डोळ्यात उभ्या राहिलेल्या आनंदाश्रूंच्या पडद्यात मला समोरचा रामूही अस्पष्ट दिसू लागला.

∎

किनारा

■

''आहेत का वकिलीणबाई घरात?''

''हो. आहेत ना! बसा ना. कोण आलंय म्हणून सांगू?''

''त्यांची मैत्रीण वसुमती देशपांडे.''

केबिनमध्ये बसून महत्त्वाच्या फायली वाचत असताना वरील संवाद मी ऐकला. वसूचे नाव ऐकताच मी चकित झाले. जवळ जवळ नऊ-दहा वर्षांनंतर मी वसूचा आवाज ऐकत होते. धावतच मी दाराशी गेले आणि उद्‌गारले, ''अगंबाई! वसू! किती दिवसांनी भेटते आहेस गं!''

''आज मुद्दामच आले तुझ्याकडे.''

''ये ना आत.''

मी वसूला हात धरून आत आणले. बी. ए. पर्यंत वर्गात असलेली बालमैत्रीण भेटल्यामुळे मला अतिशय आनंद झाला होता. गड्याला थंडगार सरबत आणायला फर्मावून मी वसूला न्याहाळू लागले.

वसूचे मूळचे सौंदर्य काहीसे फिकुटले होते. तरी त्यातील आकर्षकता कायम होती. तिच्या डोळ्यातले तेज किंचित ओसरल्यासारखे वाटत होते. गोरापान चेहरा, उजव्या गालावरची खळी, कपाळावर रुळणाऱ्या छोट्याशा बटा, पातळ ओठ, छोटीशी जिवणी या साऱ्यातून तिची नाजुकता प्रतीत होत होती. मोरपंखी रंगाच्या पॉलिस्टर साडीने तिचे रूप खुलले होते. सौंदर्यवृद्धीसाठी तिने मुद्दाम काही खास कष्ट घेतलेले दिसत नव्हते. तरीही कोणालाही मोह पाडील असे तिचे देखणेपण लपले नव्हते. पूर्वीच्या मानाने आता बरीच कृश झालेली तिची प्रकृती पाहून मी म्हणाले,

''किती खराब झालीस गं?''

''तू सुद्धा काटकुळी झाली आहेस.'' ती हसून म्हणाली.

''चल! मला काय झालय! फक्त खाना, पिना आणि बैठे काम! तू खूप दिवसांनी पाहते आहेस ना म्हणून वाटतय तसं!''

आम्ही दोघींनी सरबत घेतले. वसूची नजर सगळीकडे भिरभिरत होती. आमच्या दोघांच्या फोटोकडे ती टक लावून पाहू लागली, तेव्हा मी म्हटलं, ''तुझ्या आईकडून तुझा पत्ता मिळवून मी माझ्या लग्नाची पत्रिका व पत्र पाठवलेले होते, पण तू आली नाहीस.''

''घरात काही तरी अडचण होती तेव्हा.'' ती गुळमुळीतपणे बोलली. मग मीही विषय बदलत म्हणाले, ''बी. ए. झाल्याबरोबर तुझे लग्न झाले. त्यानंतर एक दोनदाच भेट झाली आपली. आज आवर्जून आलीस म्हणून मला फार बरं वाटलं. आता मी माझी सगळी कामे बाजूला ठेवणार आहे. आपण मनसोक्त गप्पा मारू. जुन्या आठवणींना उजाळा देऊ. इथेच जेव आणि...''

मला मध्येच थांबवून वसू हळूच म्हणाली, ''पद्मा, आज मी तुझ्याकडे एक काम घेऊन आले आहे.''

''अगं सांग ना मग! संकोचायचे कारण नाही.''

''चार वर्षांपूर्वी मी माहेरपणाला इथे आले व तू सासरी गेलीस. पण अलिकडे पुन्हा इथे प्रॅक्टिस करते आहेस हे परवा दादाने सांगितले आणि तुला भेटायची उत्सुकता लागली -''

''मग या आधीच का आली नाहीस? इथे प्रॅक्टिस सुरू करून मला वर्ष होऊन गेलं. तू कळवलं असतंस तर मी येऊन भेटले असते.''

''मी आले तरी धावत येऊन पळत जात असे. त्यातून तू तुझ्या व्यवसायात मग्न! चांगला जम बसला आहे म्हणे! उगाच तुला डिस्टर्ब.''

''या वेळी आहे ना मुक्काम? आपण खूप भटकू, बोलू.'' मी.

''आता मी मोकळीच आहे. परत तिकडे जाणार नाही.''

''म्हणजे!'' मी गोंधळून उद्गारले.

''तेच सांगायला आले आहे. मी त्यांच्यापासून घटस्फोट घ्यायचा निर्णय घेतला आहे. तू यशस्वी वकील आहेस. मला मदत करायला हवीस तू!''

''अगं पण असं एकदम काय झालं?'' मी अस्वस्थ होऊन विचारले.

''एकदम झाले नाही. सारख्या कुरबुरी चालूच होत्या. असह्य झाले. तेव्हाच सारे तोडायचे ठरवले.'' ती कठोर चेहऱ्याने म्हणाली.

"पण मी तर ऐकले होते, की तुझे सासर उत्तम आहे. तुझा नवराही इंजिनियर म्हणजे चांगला सुशिक्षितच."

"हो सुशिक्षित! पण सुसंस्कृत नव्हे."

"असं का म्हणतेस?"

"मग काय म्हणू? क्षुल्लक कारणांवरून रोज भांडणाऱ्या व आरडाओरडा करणाऱ्या माणसाला दुसरं काय म्हणायचं? आमच्या दोघांच्या आवडी भिन्न, मते भिन्न. रोज रोज वाद नि भांडणं. मी तर अगदी कंटाळून गेले आहे. कृपा करून तू मला यातून सोडव."

"अगं पण घटस्फोटासाठी सबळ कारण हवे."

"आमचे दोघांचे अजिबात पटत नाही. मला त्यांच्याबद्दल तिरस्कार वाटतो. त्या अहंकारी माणसाला माझ्या मनाची पर्वा नाही. मी सदैव त्यांच्या नजरेच्या धाकात राहावे ही त्यांची अपेक्षा. ह्याच्याशी बोलूच नकोस, तिच्या घरीच जाऊ नको, जरा काही मनाविरुद्ध झाले की शिव्यांचा वर्षाव. प्रसंगी अंगावर हात टाकायलाही कमी करत नाहीत." वसूच्या डोळ्यांत संताप आणि अश्रू होते.

"सुशिक्षित असून शिव्या, मारहाण?"

"तेच तर माझे दुःख आहे. एखादा अडाणीच असता तर मी समजू शकले असते. चांगल्या बुद्धीमुळे ते इंजिनियर झाले, पण लहानपणीच रक्तात भिनलेली भांडण्याची वृत्ती गेली नाही. ऑफिसातही त्यांचे कोणाशी पटत नाही. फक्त स्वतःच्या सुखाचा विचार करण्याची त्यांना सवय आहे. आपले काही चुकते आहे असे त्यांना वाटतच नाही. त्यांची अरेरावी सोसायची तरी किती?"

"कोल्हापूरला दोघेच असता ना तुम्ही?"

"हो ना आम्ही दोघे नि आमची दोन मुले. दुसऱ्या एखाद्याने राजाराणीच्या या संसारात नंदनवन फुलवले असते; पण यांच्या विक्षिप्त स्वभावापायी नरक झालाय. कशालाच चव उरली नाही. असले नीरस जीवन जगण्यापेक्षा मेलेले बरे! पण मुलांसाठी जीव तुटतो." तिने डोळे पुसले.

"त्यांच्यात काहीच गुण नाहीत का?"

"तसे ते हुशार आहेत ग! त्यामुळे भराभर प्रमोशन्स मिळाली. पैशांची मुळीच ददात नाही. मुलांवर जीव आहे. मी फारच रडले तर क्वचित एखाद्या वेळी भावनावश होऊन क्षमा मागतात. पुन्हा असे वागणार नाही म्हणतात, पण ते तेवढ्यापुरतंच! दोन दिवस गेले की पुन्हा ये रे माझ्या मागल्या."

"मग तुला आशेला बरीच जागा आहे. त्यांची भावनावशता कायम

ठेवायचा तू प्रयत्न केला पाहिजेस. तुझेही काही चुकत असेल. तू त्यांना समजून घे. ते मूडमध्ये असताना त्यांना समजून सांग.''

''सारे करून झाले. त्यांच्या स्वभावात कधीच फरक पडणार नाही ही दगडावरची रेघ. आमच्या सततच्या भांडणांचा मुलांवर काय परिणाम होईल, याचाही ते विचार करत नाहीत.''

''हेच तू त्यांना पटव. मुलांच्या विचाराने ते सुधारतील आणि तुझे सुख तुला परत गवसेल.'' मी दिलासा दिला.

''ते अशक्य आहे. जे मुळातच नव्हते ते परत कुठून गवसणार! अनेकांनी समजावूनही उपयोग नाही हे पाहूनच मी घटस्फोटाचा निर्णय घेतला.''

''तुझी मुले केवढी आहेत?''

''मुलगी सात वर्षांची आणि मुलगा साडेचार वर्षांचा.''

''मग तर जास्त कठीण काम आहे.''

''का?''

''त्या मुलांचे काय करणार? त्यांच्याकडे ठेवणार की-''

''छे! त्या पाषाणहृदयी माणसाजवळ कशाला ठेवू मुले?''

''तुमचा तिघांचा चरितार्थ कसा चालणार?''

''त्याचाही विचार केला आहे मी! बी. ए.ची डिग्री आहेच. एखादा टायपिंगसारखा कोर्स करीन. चार-पाचशेची नोकरी मिळाली तरी भागवेन मी.''

''नोकरी मिळणं हल्ली सोपं का आहे?''

''ओळखीची माणसे मदत करतील. त्यातून तशीच वेळ आली तर लोकांच्या घरी धुणीभांडी करीन, पण आता पुन्हा त्याच्याकडे जाणार नाही.'' तिचा निश्चय ऐकून मी स्तब्ध झाले.

''कसला विचार करतेस?''

''वसू, समज तुला नोकरी मिळाली तरी मुलांना घेऊन एकटे राहणे कठीण आहे. माहेरी राहणार असलीस तर गोष्ट निराळी.''

''आयुष्यभर माहेरी कशाला राहू? दादालाही अवघड नि मलाही! उगाच गोडीत अंतर नको. खरं सांगू का पद्मा, एखादा चांगला माणूस भेटला तर लग्नही करीन.''

मला हसू आवरले नाही.

''हसतेस का?''

''मग काय करू? तू लाख लग्न करशील, पण कोणी तयार असेल तर

ना!''

''असं का म्हणतेस! माझं वय तर अवघं अठ्ठावीस आहे.''

''आणि तुला सुदैवाने रूपही चांगले आहे हे खरं. पण तुला जगाचा अनुभव नाही. नवऱ्याकडून पूर्णपणे मन उडाले म्हणून तू घटस्फोट घेणार व स्वतःला आणि मुलांना संरक्षण मिळावे म्हणून नाइलाजाने दुसरे लग्न करणार. पण तुला ठाऊक नाही की, घटस्फोटित स्त्री आणि विधवा स्त्री यांच्यात फारसा फरक नाही. एकीचा पती जगात नसतो तर दुसरीचा असून नसल्यासारखा आणि विधवेने जरी स्वतःला कुंकू लावले तरी सुवासिनी तिला कुंकूलावत नाहीत किंवा तिच्याकडून लावून घेत नाहीत.''

''तुला म्हणायचंय तरी काय?''

''हेच की तू एकदा घटस्फोट घेतलास की इतर स्त्रिया तुझ्यापासून सावध राहणार. आपल्या घरात काही भानगड होऊ नये, म्हणून तुला चार हात दूरच ठेवणार. घटस्फोटित स्त्रीकडे जग वेगळ्याच दृष्टीने पाहते. अशी स्त्री म्हणजे पुरुषांना सार्वजनिक मालमत्ताच वाटते. चार दिवस मजा करायला सगळे येतील पण लग्नाचे बंधन कोणी गळ्यात घेणार नाही. त्यातून एखादा पुनर्विवाहासाठी तयार झालाच; तर अशाला विनापाश स्त्री हवी असते आणि तुला तर चांगले दोन पाश आहेत.

थांब. माझे नीट ऐकून घे आधी. मी सांगते ते कटू असले तरी सत्य आहे. तू म्हणतेस तसा उदार अंतःकरणाचा पुरुष तुला भेटला तरी त्याच्याशी तुझे पटेलच कशावरून? प्रत्येक पुरुषात बहुधा अहंकार असतातच. निरुपायाने तो सहन करणे स्त्रीला भाग आहे. मग स्वतःच्या मनाला मुरड घालून याच नवऱ्याशी तू तडजोड का करत नाहीस? आगीतून फुफाट्यात पडण्याचा धोका तू का पत्करतेस?''

''खरं तर लग्नाचे मुळीच आकर्षण उरले नाही आता! तुझ्या बोलण्यात बरेच तथ्य आहे. पण लग्न न करता एकटीने मुले सांभाळायची हिंमत आहे माझ्यात!''

''असे या क्षणाला तुला वाटते आहे, पण प्रत्यक्षात निराळेच अनुभवशील. बऱ्याच वेळा एकटेपण असह्य होते. करकरीत तिन्हीसांजेची वेळ व्याकूळ करते. अशा वेळी कोणाचा तरी आधार हवासा वाटेल. मग तो सतत भांडणाऱ्या नवऱ्याचा का असेना! एखाद्या तरी क्षणी त्याच्या मनात तुझ्याविषयी प्रेम दाटून येईल. उद्या मुले मोठी झाली की आपापल्या व्यापात मग्न होतील आणि तू

एकटी पडशील. तुझ्यासारख्या हळव्या स्त्रीला ते असह्य होईल.''

''का उगाच भविष्याचे काल्पनिक भीषण चित्र माझ्यासमोर उभे करतेस? अशाने माझे मन बदलेल अशी तुझी कल्पना असेल तर ती चुकीची आहे. मी माझ्या निर्णयाशी ठाम आहे. माझी मुले चांगली आहेत. माझे कष्ट, माझी व्यथा जाणून ती मला जपतील. जीवनाची संध्याकाळ मी मुले, सुना-नातवंडांनी भरलेल्या घरात सुखाने घालवीन.''

''देव करो नी तुझे स्वप्न खरे ठरो. तरी पण माझे एक ऐकशील?''

''काय?'' ती.

''अखेरचा एक प्रयत्न म्हणून तू एकदा तुझ्या नवऱ्याकडे जा आणि त्यांना समजावून सहजीवनाचा काही मार्ग निघतो का व समझौता होतो का ते पाहा.''

''त्याचा काही उपयोग होणार नाही. सर्व प्रयत्न करून संपले आहेत. दगडावर डोके आपटून आपले मस्तक फोडून घ्यायचा मूर्खपणा करणार नाही आता.''

''हिंदू स्त्रीला सारे सोसावे लागते. उगाच नाही ती पूजनीय ठरली!''

''तुझ्यासारख्या वकील झालेल्या बाईवरही अशा जुनाट कल्पनांचा पगडा असावा याचे नवल वाटते आहे मला! परदुःख शीतल असते हेच खरं. मी जे सोसलं त्याचा चटका तुला कसा कळणार!''

''केवळ ऐकून त्याची दाहकता मला जाणवली आहे. तरीपण नंतर पश्चात्ताप करण्यापेक्षा तू पुन्हा एकदा विचार करावा असं वाटतं.''

''शंभर वेळा विचार केला आहे मी. ताकद होती तोवर सोसलेही; पण आता उभा जन्म त्या दुष्ट माणसाशी जखडून घेणार नाही. जन्मभर मुखवटा धारण करून हसतमुखाने वावरायचे नाटक करणे मला जमणार नाही, तशी इच्छाही नाही आता! तेव्हा तू मला उपदेश देण्याच्या भानगडीत पडू नकोस. घटस्फोटाचे कागद तयार करून ठेव. मी दो-तीन दिवसांनी पुन्हा येईन.''

''माझं ऐक तू वसू! फक्त एकदा दिलजमाईचा प्रयत्न कर. त्यांच्या कलाने वागून पहा. त्यांच्या अहंकारात स्वतःचा अहंकार विरघळून टाकण्यात कसला कमीपणा? मानापमानाच्या खोट्या कल्पनांपायी संसार उधळू नकोस. कोणत्या तरी पुरुषाच्या विशेषतः पतीच्या ताब्यात रहाण्यात स्त्रीचे भले आहे.''

''गेला तो काळ!'' वसू ताडकन उद्गारली.

''नाही वसू, सुधारणांचा कितीही डंका वाजत असला तरी स्त्री आहे

तिथेच आहे. पतीच्या मजबूत चिलखताशिवाय ती सुरक्षितपणे जगू शकत नाही. मग ते चिलखत काटेरी असले, स्वतःला खुपत असले तरी त्या यातना लपवून जीवनसंग्रामात यशस्वी व्हावे लागते.''

''पण मला हे कळत नाही, की तू मला इतका कळवळून का उपदेश करते आहेस? तुझ्याकडे येणाऱ्या अशिलाचे असे तू उपदेशाचे डोस पाजून मन वळवत राहिलीस तर तुझ्या व्यवसायाची धडगत नाही.''

वसूचे हसणे थांबवत मी म्हणाले, ''सर्वांना नाही मी उपदेश करत!''

''मग मलाच एवढा आग्रह का?''

''कारण!'' मी विफलपणे हसत म्हणाले, ''याचे कारण घटस्फोटिताच्या यातना मी स्वतः भोगते आहे.''

''काय?'' वसु ओरडलीच.

''होय वसु. तुझ्याप्रमाणेच संतापून स्वाभिमानाच्या कल्पनेपायी दीड वर्षांपूर्वी मी माझा संसार उधळला. आम्ही दोघेही बुद्धीने सारख्याच लेव्हलचे. कोणीच माघार घेतली नाही. एक घाव दोन तुकडे झाले.''

''ते कोठे आहेत?''

''गावी आईवडिलांकडे. तेथे वकिलीत त्यांचा चांगला जम बसला आहे. दुसऱ्या पत्नीबरोबर सुखाने संसार करत आहेत. एक मुलगीही झाली आहे. आणि मी! मी किनारा तुटल्यासारखी अधांतरी तरंगते आहे. पैसा व कीर्ती खूप मिळाली. प्रत्येक यशाबरोबर विविध पुरुषांची स्वार्थी, स्त्रीलंपट रूपे पाहिली. सुख मिळालेच नाही. अहंकारापायी पहिला किनारा गमावला. प्रयत्न करूनही दुसरा किनारा अद्याप दृष्टिक्षेपात नाही. एकाकीपणाच्या आगीत जीव होरपळतो आहे, गुदमरतो आहे. इतरांना न्याय मिळवून देण्यात यश मिळते मला, पण स्वतःचा न्याय करता आला नाही.'' माझा कंठ दाटून आला. क्षणभरात स्वतःला सावरून घेत मी म्हणाले, ''अनुभवाने तावून सुखावून निघाले आहे मी! म्हणूनच पहिला किनारा सोडण्याआधी विचार करायला सांगते आहे. माझ्याप्रमाणे पश्चात्तापात दग्ध होऊन केवळ फोटो पाहत जगणे तुझ्या नशिबी येऊ नये म्हणून कळवळते मी. जाणार ना तू त्यांच्याकडे?''

वसू चटकन काही बोलली नाही, पण मघासारखा दृढ नकारही तिने दिला नाही. थक्क होऊन ती माझ्याकडे पाहत राहिली होती.

■

हरिश्चंद्र

■

टाळ्यांचा कडकडाट झाला आणि मी भानावर आलो. आतापर्यंत मी माझ्याच विचारांच्या भोवऱ्यात इतका भिरभिरत होतो, की आपण कोठे आहोत व या टाळ्या कशासाठी, हे क्षणभर लक्षातच आले नाही. पण हातातल्या पुष्पगुच्छाकडे लक्ष गेले आणि दुसऱ्याच क्षणी आठवले, माझ्याच सत्काराचा हा सोहळा होता. माननीय नगराध्यक्षांच्या हस्ते या नाट्यमंदिरात शाल-श्रीफळ देऊन आताच माझा सत्कार झाला होता. आणि आता ऑफिसमध्ये माझे सहकारी, शेजारी, बालमित्र आणि शाळेतले गुरुजी इ. अनेकजण एकामागून एक माझ्याविषयी कौतुकाने भाषण करत होते. ते बडे बडे शब्द ऐकताना आता मलाच माझे कौतुक वाटू लागले. हुशार, प्रामाणिक, सच्चा, दिलदार इ. विशेषणे मला सुखावून टाकत होती. आनंदाचा शहारा अंगावर उमटत होता. माझे शिक्षक माईकसमोर उभे राहून माझ्याविषयी म्हणत होते, श्रीकांत लहानपणापासून माझ्या नजरेसमोर मोठा झाला आहे. मी त्याला शाळेत दहावीपर्यंत शिकवले आहे. तेव्हाच मला वाटायचे, हा मुलगा सर्वसामान्य नाही. याच्यात काही वेगळेच तेज आहे. वर्गात पहिला नंबर याचा कधी आला नाही, पण परीक्षेत फर्स्ट क्लास त्याने कधी सोडला नाही. अतिशय नम्र, कोणालाही आवडेल असा विद्यार्थी लाभणे आजकाल दुर्मीळ झाले आहे. त्याला घडवण्यात आमचाही खारीचा वाटा आहेच. आज त्याने सार्थक केले असे वाटते.

यानंतर माझे शेजारी श्री. पानसे बोलायला उभे राहिले. ''श्रीकांतरावांचा मी शेजारी आहे हे सांगताना माझा ऊर अभिमानाने भरून आला आहे. आम्ही गेले सुमारे पंधरा वर्षे शेजारी राहतो आहोत. आमचे कधी भांडण झाले नाही. याचे श्रेय श्रीकांतरावांनाच आहे; कारण त्यांचा मनमिळावू, सर्वांशी मिळून मिसळून राहण्याचा स्वभाव असल्याने अल्पावधीतच त्यांच्याशी मैत्री होऊन जाते. अत्यंत लाघवी व कोणालाही मदतीला पुढे सरसावणे अशा त्यांच्या वृत्तीमुळे ते अजातशत्रू आहेत. आमच्या सोसायटीत ते लोकप्रिय आहेत. आज या सत्काराच्या निमित्ताने त्यांचा जो गौरव होत आहे, तो आम्हालाही भूषणावह आहे. दुधात साखर मिसळावी तसे ते आमच्यात समरस झाले आहेत.''

त्यानंतर माझे सहकारी अजित पाटील व्यासपीठावर आले. आता ते माझे कौतुक करणार या कल्पनेनेच मला मूठभर मांस चढले. ते बोलू लागले, ''मुलाचे पाय पाळण्यात दिसतात या म्हणीनुसार श्रीकांत लहानपणापासूनच कसा होता, त्याबद्दलचे कौतुक मनात वाटत होतेच; पण आजचा हा सत्कार म्हणजे त्याच्या या गुणांची जाहीर पावतीच आहे. He deserve for this. कोणत्याही सामान्य माणसाचे मन डळमळीत झाले असते असा तो प्रसंग होता. भल्याभल्यांची मने द्रव्यलोभाने कच खातात, नीतिमूल्ये यांचा अशा वेळी विसर पडतो. स्वार्थ आणि मोह यांचाच जय होतो असा तो प्रसंग...''

अजित पाटील बोलत होते आणि दहाबारा दिवसापूर्वीचा तो प्रसंग माझ्या डोळ्यांसमोर उभा राहिला. सकाळी दहा-साडेदहाचा सुमार. मी ऑफिसला जाण्यासाठी गडबडीने निघालो होतो. बस वेळेवर मिळेल की, लेटमार्क पडणार या विवंचनेत आपल्याच नादात मी चालत होतो. बसस्टॉपवर पोचलो आणि तेवढ्यात एक माणूस येऊन माझ्या शेजारी उभा राहिला. त्याच्या हातातील ऑफिसबॅगवरून तोही ऑफिसला जात असावा असा कयास मी केला. पाच मिनिटांतच त्याला हवी असलेली बस आली आणि त्यात चढून तो निघून गेला. मात्र त्याने जमिनीवर ठेवलेली ती अटॅची तो तेथेच विसरून गेला, हे माझ्या लक्षात आले. मी चटकन ती बॅग उचलली आणि ''अहो, अहो...'' असे म्हणत त्या बसमागे चार पावले धावलो देखील, पण तेवढ्यात बस बरीच लांब गेली होती. आपण धावून काही उपयोग नाही हे माझ्या लक्षात आलं आणि मी जागेवरच खिळून उभा राहिलो.

पाच मिनिटांनी नॉर्मल झाल्यावर माझ्या मनात आलं, ही बॅग उघडून पाहावी. आत काही पैसे असतील तर! या कल्पनेनेच मला आनंद झाला. मी

बॅग उघडण्याचा प्रयत्न केला पण ती उघडेना. काही पैसे असतील तर मला हवेच होते. वडील कॅन्सरने आजारी होते. त्यांच्या औषधपाण्याच्या खर्चाने मी जेरीला आलो होतो. पुढच्या वर्षी मुलाला इंजिनिअरिंगला ॲडमिशन घ्यायचे तर डोनेशन, फी यासाठी व लवकरच येणाऱ्या मुलीच्या लग्नासाठी पैसे हवेच होते. प्रपंच खर्च चालूच होता. मी एकटा कमावणारा व सर्वांची जबाबदारी माझ्यावर. हा संसारगाडा चालवताना जीव मेटाकुटीला आला होता. एखादी लॉटरी लागली तरच काही चिंता कमी होणार होती. या बॅगेच्या रूपाने जणू लॉटरीच हाती लागली, पण बॅगेत काय आहे हे माहीत नव्हते. बॅग उघडत नव्हती तिचे कुलूप दगडाने ठेचून फोडावे का, असा विचार मनात आला, पण लोक काय म्हणतील? सुदैवाने स्टॉपवर कोणी नव्हते. जे होते ते आपल्या बोलण्यात गर्क होते. माझ्याकडे कोणाचे लक्ष नव्हते. मी बॅगेशी खटपट करत होतो. तेवढ्यात एकाने येऊन विचारलं, ''काय झालं?''

''काही नाही, बॅग उघडत नाही,'' मी म्हणालो. ''महत्त्वाचे काही आहे का त्यात?''

''माहीत नाही,'' मी नकळत बोलून गेलो. '' म्हणजे?''

''ही बॅग माझी नाही. कोणी तरी विसरलंय इथे. या बॅगेत ज्याची ही बॅग आहे त्याचे नाव, पत्ता काही मिळतंयं का म्हणून उघडायचा प्रयत्न करत होतो.'' मी नकळत खोटं बोललो. ''बघू बरं!'' असं म्हणत त्यानेही बॅगेशी काही खटपट केली आणि काय आश्चर्य! खुल जा सिमसिम म्हटल्याप्रमाणे जादू झाली आणि बॅग उघडली. आमचे दोघांचेही डोळे विस्फारले. एवढ्याशा बॅगेत नोटांची बंडलं व काही कागदपत्रे होती. माझ्याच मनातला आनंद कुठल्याकुठे गडप झाला आणि त्याची जागा भयाने घेतली, मी उद्गारलो. ''बापरे! एवढे पैसे! आता काय करायचं?''

'आपण ही बॅग पोलिसात नेऊन देवू. नाही तरी बॅगेच्या मालकाचा पत्ता माहीत नाही.' मी चटकन निर्णय घेतला. तो माणूस नवलानं माझ्याकडे पाहू लागला. पण मला कधी एकदा बॅगेची ही ब्याद देऊन टाकतो असं झालं होतं. आम्ही दोघं ती बॅग घेऊन जवळच्या पोलिस चौकीवर गेलो. सर्व हकिकत सांगून बॅग पोलिसांच्या स्वाधीन केली. पोलिसांनी नोटा मोजल्या. एकूण एक लाख सत्तर हजार रुपये होते. पोलिसांनी माझे नाव व पत्ता लिहून घेतला. तेथील अधिकारी म्हणाले, ''लक्षात आलं की बॅगेचा मालक तक्रार नोंदवायला येण्याची शक्यता आहे. बघू या काय होते ते.''

दुसऱ्या दिवशी सर्व पेपरमध्ये ही बातमी माझ्या नावासकट छापून आली. माझ्या प्रामाणिकपणाची प्रशंसा होती. माझी प्रसिद्धी झाली होती. बॅगेच्या मालकाने घरी येऊन माझे आभार मानले. त्याला त्याचे पैसे परत मिळाल्याचा आनंद झाला होता. त्याच्या पुढाकारानेच आजचा हा सत्काराचा कार्यक्रम आखला होता. लोक माझ्यावर स्तुतिसुमने उधळत होते. कोणी तरी बोलत होते ''श्रीकांत म्हणजे हरिश्चंद्राचा अवतार! त्याने आपले सारे दान केले तर श्रीकांतने मिळालेले पुन्हा दिले म्हणजे दानच केले म्हणायचे...''

हे सर्व मला आता असह्य झाले. आतून माझे मन आक्रंदत होते. थांबवा हे सारं! मी हे सगळं का ऐकून घेतोय? माझ्या प्रामाणिकपणाचा एवढा डंका वाजवताहेत तर का नाही मी प्रामाणिकपणे सांगत की बाबांनो, मला माहीत नव्हतं हो या बॅगेत इतके पैसे आहेत ते! नाही तर घरात इतकी पैशांची अडचण असताना मी बॅग कशाला दिली असती? नंबर लॉकमुळे बॅग उघडली नाही. त्यात इतके पैसे आहेत हे कळलं नाही म्हणून अजाणतेपणे माझ्या हातून हा त्याग झाला व माझ्या माथी मोठेपणा आला. मी काही हरिश्चंद्राचा अवतार नाहीच मुळी! सत्यप्रिय, प्रामाणिक, नम्र मनमिळावू ही सर्व भाषणांमध्ये माझ्याविषयी वापरलेली विशेषणं बेगडी आहेत, याची मला जाणीव आहे. सारे खोटं बोलतायतं पण मी का नाही खरं सांगत?

मनात सारे हे येत होते, पण माझा जणू स्टॅच्यू झाला होता. मी खुर्चीला खिळून राहिलो होतो- फेविकॉल चिकटवल्याप्रमाणे!

■

प्रीतीचा पारिजात फुलला

∎

"शीला, तू माझ्याशी लग्न करशील?"

धडधडत्या अंतःकरणानं शरदनं शीलाला विचारले व तो अत्यंत आतुरतेने तिच्याकडे पाहू लागला. गेले कित्येक दिवस तो हा गोड प्रश्न विचारण्याची आपल्या मनाशी उजळणी करत होता. अनेक अलंकारिक शब्दांची त्याने जुळणी केली होती; पण ऐन वेळी तो ते सर्व विसरला होता आणि अत्यंत साध्या आणि स्पष्ट शब्दात त्याने शीलाला लग्नाबद्दल विचारले.

त्याच्या ह्या प्रश्नानं शीला नखशिखान्त मोहरली. लाजेनं तिची मान आपोआपच खाली झुकली. तोंडून शब्द फुटेना. खरं तर तीही या क्षणाची केव्हापासून प्रतीक्षा करत होती, पण प्रत्यक्षात मात्र ती आता घाबरून गेली. काय बोलावं, ते आता तिला सुचेना. तिनं आपल्या हाताच्या ओंजळीत तोंड लपवले.

शरदला उत्तर मिळालं. प्रत्येक गोष्ट तोंडानंच सांगितली पाहिजे असं थोडंच आहे! शब्दाविनाही बऱ्याच गोष्टी समजून घेता येतात. तिच्या लाजेनं गुलाबी झालेल्या मुखाकडं शरद वेडावून पाहत राहिला. त्या दोघांची अगदी प्रथम समोरासमोर भेट झाली होती, तेव्हाही ती अशीच लाजली होती. सबंध कॉलेजमध्ये धीट म्हणून प्रसिद्ध असलेली शीला त्याच्या तीक्ष्ण नजरेला नजर देऊ शकली नव्हती. सशासारखी बावरली होती. शरद पाहताक्षणीच तिच्यावर फिदा झाला होता. तिच्याबद्दलची सर्व माहिती त्याने गोळा केली होती. तिचं रूप तर तो पाहतच होता आणि आता गुणवर्णन ऐकून तर 'लग्न करायचं तर हिच्याशीच' असं त्यानं मनाशी पक्कं ठरवून टाकलं.

कॉलेजमध्ये त्याची नजर तिलाच शोधत असे. तिचं दर्शन झालं की त्याची नजर तृप्त होई व ती दिसली नाही तर कावरीबावरी होई. त्याचं वारंवार आपल्याकडे टक लावून पाहणं शीलाच्याही लक्षात आलं. प्रथम तिला राग आला पण तो काही त्रास देत नाही ना, म्हणून तिने त्याच्याकडे दुर्लक्ष केलं; पण हळूहळू नकळत तिची नजरही त्याच्या दृष्टीचा वेध घेऊ लागली. कितीही हाकललं तरी पुन्हा पुन्हा पिकावर येणाऱ्या हट्टी पाखराप्रमाणे तिची नजर त्याच्याकडे वळत असे. तिला खेचून दुसरीकडे वळवण्यास शीलाला प्रयास पडत. आपण तसा प्रयत्न करताच शरद गालातल्या गालात हसतो, हे लक्षात आल्यावर शीलाला जास्तच शरमल्यासारखं होई. तिला स्वतःची चीड येई, पण मन थोडंच ताब्यात राहतं! नजरेचा लपंडाव सुरूच होता.

थोड्याच दिवसात तिच्या हृदयात शरदला स्थान मिळालं. स्मार्ट, सुदृढ, हसतमुख अशा शरदनं तिच्या मनाचा कोपरा जिंकला. एक दिवशी अचानक शरद तिच्यासमोर उभा राहिला व आर्जवाने म्हणाला, ''मला तुमच्याशी बोलायचंय. इथं बरीच गर्दी आहे, तेव्हा कँटीनमध्ये जाऊ या, येता?''

त्याच्या धिटाईचं आणि चतुराईचं तिला कौतुक वाटलं. ती नकार देऊ शकली नाही. न बोलता फक्त हसून ती त्याच्याबरोबर चालू लागली.

कँटीनमध्ये पोचल्यावर शरदने कॉफीची ऑर्डर दिली व तो आपले हात एकमेकांवर चोळत बसून राहिला. कशी सुरुवात करावी, या विचारानं तो गोंधळला होत. त्याची ती अस्वस्थता लक्षात येऊन शीलानं विचारलं,

''काय बोलणार होता आपण?''

थोडंस धाडस गोळा करत शरद म्हणाला, ''आपण रोज एकमेकांना पाहतो, पण ओळख नाही म्हणून म्हटलं, मुद्दाम परिचय करून घ्यावा. तुमची काही हरकत नाही ना?''

शीलानं मंद स्मित केलं. शरद काही ना काही बोलत राहिला.

त्यानंतर अशा अनेक भेटी होत राहिल्या. प्रीतिशिखराच्या पायऱ्या ते चढत होते. एकमेकांचे प्रेम त्यांनी ओळखले होते. फूल लपवलं तरी त्याचा सुगंध कसा लपून राहील! पण प्रेमाचा उच्चार करणे सोपे नव्हते. अत्यंत विद्वान व्यक्तीही कधी कधी अडखळते. त्यात प्रेम हा नाजूक विषय! अनेकवेळा घोकंपट्टी करून शेवटी आज शरदने लग्नाचा विषय छेडला होता.

शीलाचा होकार मिळणार हे तो जाणूनच होता, पण आज तशी खात्री झाल्याने त्याला अतिशय आनंद झाला. 'ये जिंदगी उसीकी है, जो किसीका हो गया' हे त्याला पटलं. जीवनाच्या दीर्घ प्रवासात 'एकसे दो भले' हे खरंच! एकट्यानं छोटासा रस्तादेखील कंटाळवाणा होतो; पण जोडीदार तोही मनासारखा

असल्यावर दूरचा रस्तादेखील सुसह्य होत नाही का!

शरदला आईशिवाय आपलं असं कुणीच नव्हतं. लाडक्या लेकाचा प्रत्येक हट्ट त्या माउलीनं आजपर्यंत पुरवला होता. त्याला हा हट्ट तरी कसा अपवाद ठरणार! शीलाला पाहताच आपल्या शरदची निवड रत्नपारखीची असल्याची राधाबाईंची खात्री झाली. शीलाच्या घरच्यांनाही शरद पसंत पडला आणि साखरपूडा झाला. परिक्षा जवळ आली होती. ती झाल्यावर लग्न करायचे असे ठरले. आता थोड्याच दिवसांचा विरह व मग मीलनाचा वर्षाव असं मनाला समजावत दोघेही अभ्यासाला लागले.

आज त्यांची परीक्षा संपली होती. बागेतल्या गुलमोहराखाली शीला त्याची वाट पाहत होती. जवळ जवळ १५-२० दिवसांनंतर आज शरद तिला भेटणार होता. गुलाबी जॉर्जेटची साडी, त्याला मॅच ब्लाऊज तिने घातला होता. पाठीवरच्या लांबसडक, सैल वेणीवर गुलाबाच्या पानासहित फूल खोवले होते. तिचे गुलाबी गालही त्यात मॅच होत होते. आपल्या या शृंगारावर शरद नक्कीच खूश होईल या कल्पनेनं ती सुखावत होती.

थोड्याच वेळात शरद आला, पण नेहमीप्रमाणे तिला पाहताच त्याचा चेहरा खुलला नाही. तिच्याशी न बोलता तो तसाच बसून राहिला. शीलाला नवलं वाटलं. काहीसं घाबरून तिनं विचारलं,

''काय झालं रे शरद?''

''रागावू नकोस. पण तू त्या विलासबरोबर बोलतेस ते मला आवडत नाही.'' शरदनं चटकन सांगून टाकलं.

शीलाला धक्काच बसला. थोड्याशा रागातच तिनं विचारलं, ''म्हणजे तुला काय म्हणायचं आहे? मी तर सर्वांशीच मोकळेपणाने वागते.''

''तेच मला आवडत नाही.'' शरदनं आपल्या मनातील मळमळ व्यक्त केली.

''त्याचं कारण...'' शीला.

''ते तू मला विचारू नकोस. परवा तर तू त्या विलासबरोबर कॅन्टीनमध्ये गेली होतीस. लोक काय म्हणतील याचा तरी विचार कर'' शरद.

''लोकांचं सांगू नकोस मला! त्यांच्याशी मला कर्तव्य नाही. लोकांना बोलायला विषय हवाच असतो, पण तुझं माझ्याशी लग्न ठरलयं आणि तू असला घाणेरडा संशय घेतोस!'' शीला रागाने म्हणाली.

''मी संशय घेत नाही, पण लोकांच्याही बोलण्याचा तू विषय बनू नयेस असं मला वाटतं. माझं तुझ्यावर प्रेम आहे. माझी पत्नी- तू फक्त माझीच असावी. लोकांनी तुझ्याबद्दल वाईट बोलू नये असं मला वाटतं तर ते गैर आहे

का? शालू, प्लीज, तू गैरसमज करून घेऊ नकोस.'' शरद.

''गैरसमज तर तू करून घेतो आहेस. आज इतके दिवस मी तुझ्या सहवासात वावरते आहे. अजून तू मला ओळखलं नाहीस याचंच वाईट वाटतयं. आम्हा स्त्रियांना पुरुषांची वाईट नजर लगेच ओळखता येते. विलास खरोखरीच सज्जन व चांगला मुलगा आहे. त्याला नोकरी मिळाली, म्हणून त्यानं त्या दिवशी चहाला बोलावलं मला. त्यात काही गैर वाटलं नाही. तू उगाच पराचा कावळा केलास.'' शीला.

''मग त्याने तुला एकटीलाच बरं चहाला बोलावलं? जाऊ दे! मला तो विषय वाढवायचा नाही. फक्त तू पुन्हा त्याच्याशी बोलणार नाहीस असं वचन दे मला.'' शरद म्हणाला.

शीला दुखावली. तिनं काकुळतीनं विचारले, ''तुझा माझ्यावर विश्वास नाही का?''

''तसा आहे ग. पण माझी खात्री पटावी म्हणून वचन दे.''

शरदचा हा हट्ट पाहून शीलाला राग आला. एकीकडे विश्वास आहे म्हणतो, तर एकीकडे वचन मागतो. शीलाला शरदच्या या स्वभावाची चीड आली. ती घरी निघून आली. तिचे विचारचक्र चालूच होते.

शरदचा असा कसा विचित्र स्वभाव! आपण त्याच्यावर एवढा जीव टाकतो, पण त्याचा आपल्यावर विश्वास नाही. लग्नानंतरही हा असाच वागणार का? पति-पत्नीमधील विश्वासावर तर सुखी वैवाहिक जीवन अवलंबून असतं. त्यालाच तडा गेला तर पुन्हा सांधायचा कसा? हा असाच एवढ्या-तेवढ्या गोष्टीवरून संशय घेत राहिला, तर आपण वागायचं कसं? शीलानं खूप विचार केला आणि अखेर ठरवलं, की शरदच्या मनाप्रमाणे वागायचं. लग्न तर आता महिन्यावर आलं आहे.

एवढ्या ह्या कारणावरून ते मोडणं योग्य ठरेल का? आणि शरदशिवाय आपण जगू शकू का? नाही तर पुरुष असतातच संशयी.

ज्यामुळे आपल्या प्रेमात वादळ उत्पन्न होईल ती गोष्ट आपणच टाळली पाहिजे. शरदच्या स्वभावात दुसरं असं गैर काहीच नाही. ह्या एवढ्याशा क्षुल्लक गोष्टीसाठी सर्व डाव मोडला तर पस्तावायला होईल. त्याचं आपल्यावर खरोखरंच प्रेम आहे म्हणूनच त्याला विलासचा मत्सर वाटला, असा विचार करून तिनं शरदला हवं होतं ते वचन दिलं आणि विलासशीच नव्हे तर सर्वच मुलांपासून ती चार हात दूर राहू लागली.

शुभमुहूर्तावर शुभमंगल झालं, पण तरीही शीलाच्या मनात घडलेल्या प्रसंगाबद्दल हुरहूर आणि नाराजी होतीच. शरद मात्र आनंदात होता. झाल्या

गोष्टीचं किल्मिश त्याच्या मनात नव्हतं. शीलानं आपलं ऐकलं म्हणून तो खंश होता. पावसानं केरकचरा वाहून गेल्यावर रस्ता कसा स्वच्छ होतो! एखादी गोष्ट त्याच्या मनात शिरली, की ठाण मांडून बसे आणि तिच्याबद्दल स्पष्टीकरण झालं की त्याचं मन पुन्हा धुतल्या तांदळासारखं स्वच्छ होई, जणू वादळ झालं नव्हतंच.

महाबळेश्वरच्या गोड मधुचंद्रात शीलाही सर्व विसरली. शरदचं मन आता साफ झालं आहे, हे तिला कळून चुकलं. तिच्या प्रत्येक शब्दाला तो मान देत होता. तिच्या सुखासाठी धडपडत होता.

काळाची पानं भराभर उलटत होती. शीला सुखाच्या राशीत लोळत होती. शरदने तिच्यासाठी जणू प्रतिस्वर्गच निर्माण केला होता. चार खोल्यांच्या ब्लॉकमध्ये तिला जगातील सर्व सुखे लाभत होती. त्याच्या प्रेमात अखंड बुडून ती तृप्त होत होती. राधाबाईही तिच्यावर माया करत होत्या. आणखी काय हवं होतं? घरात येताच घरातल्या सर्व कामाचा ताबा तिनं आपल्याकडे घेतला होता. त्यामुळे राधाबाई देवधर्मात वेळ घालवू लागल्या. सूनबाई घर सांभाळते याचं समाधान त्यांच्या डोळ्यांत होतं. शरदचं तर तिच्यावाचून पावलोपावली अडत होतं. प्रत्येक गोष्टीसाठी त्याला शीला हवी असायची. त्यामुळे तिला क्वचितच माहेरी जायला मिळे. आणि जेव्हा ती जायला निघे, तेव्हा त्याचा फुगलेला चेहरा, रुसलेले डोळे पाहून तिला हसू येई. मग काही तरी कारण काढून ती जायची टाळी. तिनं १०-१५ दिवसांत यायचं कबूल केलं तरच तो तिला माहेरी पाठवी आणि मग त्याच्या प्रेमपत्रांचा तिच्यावर वर्षाव होई. चौदाव्या दिवशीच तो तिला घ्यायला येई. तिची भावंडे एकमेकांकडे पाहून नेत्रपल्लवी करीत. आई मिश्कीलपणे हसे. सर्वजण चिडवून तिला बेजार करत. शीला रागवी, पण ते वरकरणीच. मनातून मात्र शीलाला थट्टा हवीहवीशी वाटे. शरदच्या प्रेमात ती जगाला विसरली होती.

पण हळूहळू तिला शरदच्या स्वभावाचं आकलन होऊ लागलं. तो अतिशय संशयी आहे, हे तिला कळून आलं. ते दोघेजण फिरायला गेले आणि कोणी शीलाकडे वरचेवर पाहताना आढळला, की त्याच्या कपाळावर आठ्या चढत व तो शीलाला चटचट पुढे चालण्यास सांगे. शीलाचं रूपही असं देखणं होतं की कुणीही क्षणभर तिच्याकडे पाहायचं. त्यात तिचा तरी काय दोष! ते दोघे सिनेमाला गेले तर तिच्या दुसऱ्या बाजूला कोणी पुरुष नाही ना याची तो खात्री करून घेत असे. पुरुष असला तर शक्यतो नंबर बदलून घेण्याचा तो प्रयत्न करी. ते शक्य नसल्यास त्याचे सिनेमाकडे लक्ष लागत नसे आणि तो मध्यंतरातच तिला घेऊन घरी येई.

तिला गॅलरीत उभी राहिलेली पाहिली, की त्याच्या रागाचा पारा चढे. तो पटकन तिला म्हणे, ''शीला, गॅलरीत काय उभं राहायचं ते! मला नाही आवडत!''

यावर काही तरी बोलावं असं शीलाला वाटे, पण उगाच भांडण नको, शब्दानं शब्द वाढू नये म्हणून ती मुकाट्यानं घरात येई. तिला शरदच्या ह्या स्वभावाचं आश्चर्य वाटे. एरव्ही त्याचं वागणं फार चांगलं होतं. एखाद्या आदर्श पतीसारखं.

त्या दिवशी असंच झालं. रविवारचा दिवस होता. ते दोघेजण फिरून परत येत असताना त्यांना सुभाष भेटला.

''शीलाताई, तू इथं?'' त्यानं नवलानं विचारलं.

''हो, हे माझं सासर आहे, पण तू कधी आलास जर्मनीहून?''

''सहा महिने झाले. आपण पुन्हा सवडीने बोलू. आता मी जरा घाईत आहे. तुझा ॲड्रेस दे ना!'' सुभाष.

शीलानं दिलेला पत्ता घेऊन तो घाईतच निघून गेला. शरदच्या कपाळावर आठ्यांचं जाळं पसरलं होतं; पण शीलाने तिकडे दुर्लक्ष केलं. न राहवून त्यानं विचारलं, ''कोण ग हा?''

''माझा भाऊ.'' शीला.

''भाऊ! आजपर्यंत तू किंवा तुझ्या घरचे कोणी याच्याबद्दल बोलले नाहीत.'' शरदला आश्चर्य वाटलं.

''अरे, हा माझा मानलेला भाऊ. कोल्हापूरला असताना हा आमच्या शेजारी राहत असे. लहानपणी आम्ही खूप खेळायचो, भांडायचो. ह्याला बहीण नाही म्हणून हट्टानं माझ्याकडून ओवाळून घ्यायचा. ह्याचे आईवडीलही स्वभावाने फार चांगले आहेत. बाबांच्याबरोबर इकडे आलो म्हणजे आमचं एकमेकांकडे जाणं असे. त्यामुळे संबंध दुरावले नाहीत. सुभाष डॉक्टर झाल्यावर पुढच्या शिक्षणासाठी फॉरेनला गेला होता. त्यानंतर आज कित्येक दिवसांनी भेटला.'' शीला गत आठवणीत रमत खूप काही तरी सांगत होती आणि शरद न बोलता तिच्याबरोबर चालत होता.

रविवारी सकाळीच दारावरची कॉलबेल वाजली. शरदने दार उघडले. दारात सुभाष उभा होता. शरदच्या डोळ्यात नापसंतीची छटा उमटली. सुभाषला पाहून शीला आनंदली. त्या दोघांच्या गप्पा सुरू झाल्या. त्या ओघातच शीलाने चौकशी केली, ''काय रे सुभाष, लग्न केले नाहीस?''

''अजून नाही.'' सुभाष.

''कुणी मॅडम सापडली नाही वाटतं फॉरेनमध्ये?'' शीलाने थट्टा केली.

"छे! छे आपण तर इंडियातल्या एखाद्या काकूबाईशीच लग्न करणार आहोत. संसार झाला पाहिजे. तुला तर माझी आवड माहीत आहेच.'' सुभाष.

एकमेकांच्या चौकशा करण्यात ते मग्न झाले होते. त्यात शरदला रस नव्हता. अधून मधून त्याला कुणी काही विचारलं, तर तो तेवढ्यापुरताच बोलत होता. अस्वस्थपणे त्याच्या येरझाऱ्या सुरू होत्या. संशयाचं भूत शिरलं होतं ना त्याच्या डोक्यात! सावळ्या परंतु विलायती रुबाबाच्या सुभाषला पाहून त्याचं डोकं भडकलं होतं. त्यात सुभाषचं ते फ्री वागणं, खो-खो हसणं, शरद वैतागून गेला होता. शेवटी सुभाष जायला उठला तेव्हा त्याला सुटल्यासारखं झालं. तेवढ्यात शीला म्हणाली,

"सुभाष जेवायची वेळ होतच आली आहे. आता जेवूनच जा ना!''

"चहा, पोहे झालेच की जेवणाचं काय?'' सुभाषनं आढेवेढे घेतले.

'फार आग्रह नको करून घेऊ बाबा.'' शीला.

"खरंच ताई, मी पण कंटाळून गेलोय बाहेरचं जेऊन! तू आता एवढं सांगतेस तर जेवूनच जातो.'' सुभाष.

शीलानं थोड्याच वेळात स्वयंपाक केला. जेवताना सुभाष प्रत्येक पदार्थाचं कौतुक करत मिटक्या मारत होता. पोटावर हात फिरवून ढेकर देत तो म्हणाला, "किती दिवसांनी आज पोटभर जेवलो मी. त्यात तू माझ्या आवडीचा दुधी हलवा आणि भजी केलीस. मग काय?''

"येत जा वरचेवर. परकेपणा मानायचा नाही.'' शीला.

इकडे शरदचा राग वाढतच होता. वरकरणी हसून त्यानं सुभाषला निरोप दिला व आपल्या खोलीत जाऊन कॉटवर पडला.

स्वयंपाकघरातील सर्व कामे आवरून शीलाही खोलीत आली. त्याच्याजवळ कॉटवर बसून त्याच्या कपाळावर हात ठेवून तिनं विचारलं, "झोप लागली का?''

शरदने तिचा हात झटकून टाकला. शीलाला नवल वाटले. तो असं कधीच करत नसे. त्याचा रागीट चेहरा पाहून तिनं विचारलं, "काय झालं एवढं चिडायला?''

ताडकन उठून बसत त्यानं शीलाला सांगितलं, "शीला, सुभाष आपल्या घरी आलेला मला खपायचं नाही.''

"अरे पण का?'' शीलानं चकित होऊन विचारलं.

"त्याचं ते हसणं, लाडिकपणे बोलणं, हिप्पीसारखे वाढवलेले केस हे मला आवडलं नाही.'' शरद.

"फॉरेनला जाऊन आल्याने तो वागण्यात जरा फ्री आहे एवढंच.'

''शीला आणि तू पण त्याच्याबरोबर खिदळत होतीस, त्याला जेवायला ठेवून घेतलंस, त्याच्या आवडीचं जेवण बनवलंस.'' शरद.

त्याचा संशयी स्वभाव पुन्हा वर आला आहे हे शीलानं ओळखलं. ती चिडून म्हणाली, ''शरद वाट्टेल ते बरळू नकोस. मी त्याला ओवाळीत असे. तो मानलेला भाऊ आहे, हे मी तुला सांगितलं आहे.''

''ओवाळीत होतीस ते लहानपणी. माहीत आहेत मला असले दादाभाई नवरोजी'' शरद दुष्टपणे म्हणाला.

''शरद!'' शीला ओरडली, भावाबहीणीच्या पवित्र नात्याबद्दल शरदने असं बोलावं हे तिला असह्य झालं.''

''पुन्हा तो आला तर त्याला न येण्याबद्दल बजाव.'' शरद अधिकारवाणीने म्हणाला.

ताडकन शीला म्हणाली, ''नाही सांगत. प्रत्येक वेळेला मी तुझेच ऐकावे, तुझा मात्र माझ्यावर काडीइतका विश्वास नाही. लग्नानंतरच्या सहवासातही तू मला ओळखू शकला नाहीस. बहीणभावासारख्या पवित्र नात्यातही तुला पाप दिसते. पतीचा हक्क गाजवतोस तू! तुला हवं तर तूच सुभाषला येऊ नको असं सांग. मी तुझ्यावर जीव टाकते, पण तू मात्र माझा अपमान करतोस. मी जर तुला अशी कोणाशी बोलायची बंदी केली तर तू ऐकशील माझं? माझ्या मनातही पाप येत नाही. तू म्हणशील ते केवळ एक स्त्री म्हणून गप्प ऐकून घ्यावं. तुझ्या ठिकाणी आज कुणी दुसऱ्याने हे अपशब्द बोलले असते तर मी त्याला...'' 'शीला रागाने थरथरत होती. तिच्या डोळ्यांतून ठिणग्या उडत होत्या. तिचं हे नवखं रूप पाहून शरद काहीसा घाबरला व त्याने तिथून काढता पाय घेतला.

शीलाने पोटभर रडून घेतलं. निदान राधाबाई तरी गावाला गेल्यामुळे हा तमाशा पाहायला त्या घरात नाहीत हे त्यातल्या त्यात समाधान होतं. शीला कोचावर पडून केव्हाचा विचार करत होती. संशयकल्लोळ मधल्या फाल्गुनरावासारखा शरदचा स्वभाव आहे. त्याला सगळीकडे पापच दिसते. उतू आलेल्या दुधावर थंड पाणी ओतावं तसं झालं आहे.

सुखात माती कालवली गेली. माझं मन तर पहिल्यापासून हळवं, भावनाप्रधान! त्याला त्याची कशी पर्वा नाही! अडाणी माणसात आणि ह्या सुशिक्षित शरदमध्ये काय फरक आहे. माझ्या हळव्या मनावर हा वाट्टेल ते आघात करतो. संसाराबद्दल आपली किती रम्य स्वप्न होती, पण शरदच्या ह्या स्वभावाने त्याच्या मुळाशीच घाव बसले. शरदचा स्वभाव बदलणार आहे का? पण माणसाचा स्वभाव सहसा कधी बदलत नाही. मग आपण जन्मभर हे सहन

करायचं का? स्वतःच्याच पत्नीच्या चारित्र्याबद्दल बोलताना याला काही वाटत नाही. स्त्रीला आपलं शील जीवाइतकं प्रिय असतं. त्यावर नुसता उडवलेला शिंतोडा मग तो पतीनं का असेना उडवल्यास ती कसं सहन करेल?

पोळी लाटत असतानाही ह्या विचारांनी तिचा पाठपुरावा केला. पोळी मोठी होत होती तसे विचारचक्रही गती घेत होते. त्या नादातच पोळी करपून गेली. जास्त उष्णतेने पोळीसुद्धा करपते. शरदच्या विचित्र स्वभावामुळे तिला जो मनस्ताप झाला होता, त्यानं तिचं मनही पोळलं होतं. शरीराची जखम केव्हा ना केव्हा भरून आली तरी व्रण राहतोच. मनाला झालेली जखम काळाच्या औषधानं तरी बरी होणार आहे? वेळ निघून जाते पण बोललेल्या विषारी शब्दाने मन मरून जातं.

१५ दिवसांपासून दोघांचा अबोला होता. शरदची नजर तिला जाता येता जाळत होती. आपण वाट्टेल ते शीलाला बोललो, याचे त्याला यत्किंचितही वाईट वाटत नव्हते. त्यानं जरासं जरी त्याबद्दल दुःख व्यक्त केलं असतं, तर शीला सर्व विसरली असती; पण शरदच्या हट्टी वागण्यामुळे तिला त्याच्याशी बोलावंसंही वाटत नव्हते. तोही बोलत नव्हता.

अजून तर जीवनाची किती तरी वाटचाल करायची आहे. शरद, काही तरी निमित्त मिळालं की संशय घेणार आणि आपण त्याला हवं ते वचन देऊन तो म्हणेल तेच करून आपल्या मनात काही नाही हे पटवून द्यायचं का? सीतामाईनं देखील अग्निपरीक्षा देऊन सत्य एकदाच दिव्य केलं होतं. पुन्हा काही तरी दिव्य करून आपला पवित्रपणा लोकांना दाखवण्यापेक्षा धरणी मातेच्या कुशीत ती कायमची स्थिरावली होती. आपण काहीतरी दिव्य करायला थोड्याच देवता आहोत! दिव्य करायचे म्हणजे पूर्वीचा संशय बरोबर होता अशी कबुली देण्यासारखं नाही का!

विचारानं तिचं डोकं पिकलं होतं. शरदबद्दलच्या रागाची जागा आता तिरस्कारानं घेतली होती. ती शक्यतो त्याच्यासमोर जाण्याचेही टाळत होती. तो तिच्या मनातून उतरला होता. आता सासूबाई आल्या, की आपण थोडे दिवस माहेरी जायचं आणि शांतपणे सगळं बाबांच्या कानावर घालायचं, असं तिनं ठरवलं. सासूबाईंना सांगूनही शरदच्या वागण्यात फरक पडला नाही तर आपण असं अपमान सहन करत जगायचं नाही. काही तरी जीवाचं बरं वाईट करून घेऊ म्हणजे तरी शरदला आपली खरी ओळख पटेल. शीलानं मनाशी ठरवलं.

राधाबाई आल्या.

त्याच दिवशी हा विषय काढायला नको म्हणून ती गप्प राहिली. रात्री

नाइलाजानं शरदच्या खोलीत झोपायला गेली. थकल्या जीवाला आपल्या दोघांतलं भांडण कळू नये म्हणून! पण त्यांच्या चाणाक्ष नजरेला दोघांचं काही तरी बिनसल्याचं लक्षात आलं होतं. त्या दोघांच्या चिवचिवाटानं घुमणारं ते घर शांत कसं! पण... हे नवराबायकोचं भांडण! मिटेल आपोआप असा सुज्ञपणे विचार करून राधाबाईंनी चौकशी केली नाही.

सकाळी उठल्याबरोबर शीला मोरीत धावली. डोकं गरगरत होतं, पण उलटीही होईना. राधाबाईंनी सराईतपणे काय ते ओळखलं व त्या खूप आनंदल्या. त्यांनी तिला पडून राहायला सांगितलं, पण ती काम करण्यासाठी धडपडू लागली तेव्हा तिला चक्कर यायला लागली. चहा प्यायची इच्छा होईना. राधाबाईंनी ''झोपतेस की नाही? का शरदला सांगू!'' असं गोड शब्दात दटावलं तेव्हा ती जाऊन झोपली.

शरद जेवायला बसला तेव्हा नेहमीप्रमाणे शीला स्वयंपाकघरात नाही हे पाहून त्याला नवलं वाटलं. शेवटी न राहवून त्याने विचारलं, ''आई शीला दिसत नाही?''

''तिला बरं वाटत नाही.'' राधाबाई.

शरदच्या हातातला घास हातातच राहिला ते पाहून राधाबाई म्हणाल्या, ''अरे जेव ना!''

कसंबसं जेवण उरकून तो शीलाकडे धावला. तिच्यावरचा राग तो पार विसरून गेला होता. त्याचं तिच्यावरचं प्रेम उफाळून वर आलं होतं. तिच्या जीवाला बरं नाही हे कळताच तो कळवळला. तिचा थकलेला चेहरा, उतरलेलं तोंड पाहून त्याला कसंतरीच झालं. तिच्याजवळ बसत त्याने विचारलं, ''काय होतंय तुला शीलू?''

''काही नाही.'' उठून बसत शीला तुटक स्वरात म्हणाली.

तिचा आपल्यावरचा राग कायम आहे हे त्याच्या लक्षात आलं. तरीसुद्धा गडबडीत कपडे बदलून तो बाहेर गेला व डॉक्टरांना घेऊन आला. त्याची ही गडबड पाहून राधाबाई हसत होत्या. डॉक्टरांना पाहून गोंधळलेली शीला म्हणाली, ''मला काही झालं नाही.''

''नसलं तरी तपासून घे. डॉक्टर तिचा चेहरा पाहा कसा उतरलाय तो! तरी म्हणते मला काही झालं नाही.'' शरद म्हणाला आणि बाहेर गेला.

डॉक्टरांनी बाहेर येऊन शरदचे अभिनंदन केले, तेव्हा काहीच न समजल्यामुळे त्याने विचारले, ''कशाबद्दल?''

''तुम्ही बाबा होणार म्हणून!'' डॉक्टर.

''काय सांगता!'' शरद दोन फूट उंच उडाला. मामुली सूचना देऊन डॉक्टर निघून गेले. शरदची धावाधाव पाहून राधाबाई म्हणाल्या, ''आता तरी जबाबदारीने वागा. त्या पोरीशी भांडू नको.''

शरद गंभीर झाला. तो शीलाकडे गेला, त्याने विचारले, ''आता कसं वाटतं?''

''ठीक आहे.'' तिच्या तुटक उत्तरानं तो कळवळला. तरी तिचा हात धरून म्हणाला, ''ए शीलू, मला तर तू अजिबात पत्तासुद्धा लागू दिला नाहीस. लबाड आहेस.''

''मला अजून बरं वाटत नाही. जरा पडू दे.'' शीलानं त्याच्या हातातला हात काढून घेतला आणि ती भिंतीकडे तोंड करून झोपली. शरद दुखावला. शीला एवढी नाराज कधीच झाली नव्हती. आपल्या वागण्यात काही तरी चुकतयं. ज्या क्षणी आनंदाने नाचावं, गावं, दोघांनी गुजगोष्टी कराव्या त्या वेळी ती अशी खट्टू! असं होता उपयोगी नाही.

''शीला, पाहिलंस का कोण आलंय ते!'' शरदच्या ह्या आवाजानं डोळे उघडून शीलानं पाहिलं. सुभाष आला होता. तो म्हणाला, ''ताई अभिनंदन!''

शीला मंद हसली. उठून बसत तिनं विचारलं, ''तुला काय माहिती रे?''

''अगं, शरदराव आले माझ्या ऑफिसात आणि मला पकडूनच बाहेर काढलं. आत्ताच्या आत्ता घरी चल म्हणाले आणि रस्त्यात बातमी सांगितली.'' सुभाष सांगत असता शरद मागच्या मागे पसार झाला. थोड्या वेळाने आला राधाबाईंबरोबर कॉफी घेऊनच. सुभाषला म्हणाला,

''उद्या राखीपौर्णिमा आहे ना, तुम्ही इकडेच या जेवायला.''

''उद्या मला जमणार नाही. मी पुन्हा कधी तरी येईन.'' सुभाष.

''शीला, तू सांग ना!'' शरद.

हे सगळं आपल्याला खूश करण्यासाठी चाललं आहे, हे शीलाच्या लक्षात आलं. तिनेही सुभाषला सांगितलं.

थोड्या वेळानं तो निघून गेला. शीलाचा अबोला शरदला असह्य झाला. तिचे दोन्ही हात पकडून तो म्हणाला, ''शीलू काही तरी बोल ना! अजून राग गेला नाही का? मी काही तरी संशय घेऊन तुला बोललो त्याबद्दल फार वाईट वाटतंय मला. तू ते विसरणार नाहीस का? आता या अवस्थेत तुला फार जपायला हवं. पूर्वीसारखं हसत राहा, आई होणार आहेस ना आता!''

शीलाला काय बोलावं ते समजत नव्हतं. तिला गप्प राहिलेली पाहून त्यानं पुन्हा म्हटलं, ''शीलू, राग सोड ना! प्लीज. काही तरी बोल. मी तुला त्या

दिवशी तसं बोलायला नको होतं. मला क्षमा करशील ना? पुन्हा कधी असं करणार नाही. पण राणी, माझ्याशी बोल ना.''

त्याच्या शब्दांनी शीलाच्या डोक्यात पुन्हा ते विचारचक्र उलट-सुलट फिरू लागलं. शरद तिच्या मनातून उतरला होता व मन ही अशी चीज नाही, की क्षमा मागितली की पुन्हा त्या व्यक्तीला तिथे स्थान मिळेल. एकदा माणूस मनातून उतरला की उतरला. लाख ठरवून किंवा प्रयत्न करूनही ती जागा मिळवणं कठीण होऊन जातं. एखाद्याच्या हृदयात स्थान मिळवायला कित्येक दिवस लागतात तसेच एखाद्याचे जोडलेले प्रेमाचे नाते तोडतानाही विचार करावा लागतो. शरद मात्र एका क्षणात तिच्या मनाला तोडून टाकत होता; पण प्रत्येकात काही ना काही दुर्गुण असतोच. सर्वजण थोडेच सर्वगुणसंपन्न असतात. आपल्या शरदचा हा दुर्गुणही आपण रिचवला पाहिजे. त्याचा अंकुर आपल्या उदरात वाढत आहे. आपले त्याच्यावर निरपेक्ष प्रेम आहे. तो आपल्याकडं माफीची याचना करत आहे. एखाद्यानं क्षमा मागितली की मागचं सगळं उदार अंतःकरणानं विसरायला नको का! त्याला आपल्या चुकीची जाणीव झाली आणि त्याबद्दल वाईट वाटतंय यातच सगळं आलं. उगाच पुन्हा मागचं सगळं कशाला उगाळायचं? आपण त्याच्या फक्त चांगल्या गोष्टी स्मरणात ठेवायच्या. ह्या एका कारणासाठी प्रीतीचे स्वप्न भंगू द्यायचं नाही. ते साकार करायचंच. त्याच्या दुर्गुणाकडे दुर्लक्ष करून सुखाचा संसार करायचा. कदाचित बाळ झाल्यावर त्याचा स्वभाव बदलेल. जबाबदारीच्या जाणिवेनं पोक्तपणा येईल, तो क्षुल्लक कारणासाठी संशयाचं वादळ निर्माण करणार नाही, अशी आशा शीलाला वाटू लागली. तिला बरं नाही हे कळल्यापासूनची त्याची धडपड, धावाधाव, त्याचे प्रगट झालेलं खरे प्रेम यांचे तिला दर्शन झाले होतं. त्याच्या स्निग्ध नजरेत ती विरघळत होती. तिच्या बोलासाठी आतुरलेला चेहरा पाहून तिलाही प्रेमाचे भरते आले. त्याच वेळी राधाबाईंनी सुरू केलेल्या रेडिओवरचे स्वर कानी आले.

प्रीतीचा पारिजात फुलला.

शीलाने शरदकडे पाहत गोड स्मित केले.

■

स्वेटर

∎

'डॉ. सुमती देशपांडे'

दारावरच्या नावाच्या या पाटीकडे दृष्टिक्षेप टाकत थरथरत्या हातांनी अण्णांनी कॉलबेलवर बोट ठेवलं. आपल्याच लेकीच्या घरात जाताना छातीत धडधडावं, अंगाला कंप सुटावा ही विचित्र गोष्ट होती; पण आजचा प्रसंगच तसा होता - अगदी विलक्षण!

दार उघडलं गेलं. समोर सुमती स्वतःच उभी होती. अण्णांकडे हसून पाहत ती म्हणाली, ''या ना अण्णा!''

तरीही अण्णा क्षणभर घुटमळले. दारावरच्या पाटीकडे पुन्हा लक्ष जाताच त्यांच्या हृदयातून एक असह्य कळ उमटली. आतून परेशचा- त्यांच्या नातवाचा आवाज आला, ''आजोबा आलेत का गं आई?''

''हो. चला ना अण्णा आत!''

आता मात्र अण्णांनी स्वतःला सावरले. मनाची अस्वस्थता लपवून त्यांनी चेहऱ्यावर स्मिताचा मुखवटा चढवला आणि ते आत आले. खिडकीजवळच्या टेबलाच्या दोन्ही बाजूंकडील खुर्च्यांवर बसून त्यांचे दोन्ही नातू- परेश आणि राजेश अभ्यास करत होते; पण आजोबांना पाहताच दोघेही उठून धावत आले. आणि त्यांच्या कमरेला आपल्या हातांची मिठी घालत परेशने गिल्ला केला, ''आजोबा, खाऊ!''

"खाऊ जाऊ दे रे. आजोबा, टेकडीवर फिरायला जायचं ना नेहमीसारखं?" परेशला थांबवून राजेशने उत्साहाने विचारले.

"अरे, हो हो किती घाई कराल!" कौतुकाने परेशला उचलून घेत अण्णा उद्गारले.

" राजेश - परेश, आजोबांना उन्हातून आल्याने दम लागला आहे. त्यांना जरा बसू दे ना! आल्याबरोबर त्रास द्यायला झाली का सुरुवात?"

"असू दे ग सुमती! मुलंच ती! आजोबाला नाही त्रास देणार तर कोणाला! परेश, हा घे तुझा खाऊ. आज तुझ्यासाठी बेकरीतून ताजे केक आणलेत. तुला फार आवडतात ना! पण हे पाहा, आपल्या राजेशदादालाही द्यायचा हा खाऊ."

मान डोलावत परेशने अण्णांच्या हातातील पिशवी घेतली.

"राजेश, तुला मात्र नाराज व्हावे लागणार. आज माझे पाय फार दुखताहेत. पुढच्या खेपेस आपण जाऊ टेकडीवर फिरायला."

"चालेल की! मग आई, आता मी जाऊ खेळायला?"

"माझ्या येण्यामुळे तुमच्या अभ्यासात व्यत्यय आला ना?"

"नाही हं अण्णा! दुपारपासून अभ्यास करतो आहे राजेश. बाहेर क्रिकेटचा खेळ रंगात आला आहे. त्याचा आवाज कानी आल्यापासून यांची चुळबूळ चाललीच होती, पण मी दामटून बसवल्याने मुकाट बसला होता. हे बघ राजेश, मी तुम्हा दोघांना खायला देते. ते खाऊन मग जा खेळायला. अण्णा, तुम्ही आता जेवूनच जा. तुमच्यासाठी सरबत करून आणू?"

अण्णांनी मान डोलावली. सुमती आणि मुले आत गेली. नाही तरी अण्णांना मनातले शब्द जुळवायला थोडासा अवधी हवाच होता. खिशातला रुमाल काढून अण्णांनी चेहऱ्यावरचा व गळ्यावरचा घाम पुसला. संध्याकाळचे साडेपाच वाजून गेले तरी अजून ऊन रणरणत होते. छतावर फिरत असलेल्या सिलिंग फॅनखालच्या खुर्चीवर अण्णा बसले. त्यांचे शरीर स्तब्ध असले तरी मन शब्दांचे धागे गोळा करत होते.

थोड्याच वेळात मुले खेळायला गेली आणि सरबताचे दोन काचेचे पेले घेऊन सुमती बाहेर आली

"घ्या ना अण्णा."

"अं! हो!" असे म्हणून त्यांनी सरबताचा पेला ओठाला लावला आणि एका दमात रिकामा करून टाकला. सुमती मात्र हळूहळू घुटके घेत होती.

''दादा-वहिनी काय म्हणताहेत? अलीकडे १५-२० दिवसांत त्यांची गाठ पडली नाही.''

''कोण! विलास-रेवती ना! मजेत आहेत अगदी! दोघांना नोकरीतून सवड सापडत नाही. इतरही अनेक व्याप त्यांच्या मागे आहेत.''

पाच मिनिटे स्तब्धतेतच गेली. मन अस्थिर असल्यामुळे संभाषणाची गाडी पुढे रेटावी कशी, हेच त्यांना कळेना. एरवी काय बोलू नि किती बोलू असे वाटणाऱ्या अण्णांची स्थिती आज अवघडल्यासारची झाली होती. त्यांना जे बोलायचे होते ते ओठाबाहेर पडण्यास धजावत नव्हते. आपल्या बोलण्यावर सुमतीची काय प्रतिक्रिया होईल, याची त्यांना कल्पना येत नव्हती. डोक्यात नुसता गोंधळ माजला होता. छतावर पंखा सुरू असूनही हातातल्या रुमालाने ते वारा घेत होते.

''फारच उकाडा आहे नाही अण्णा! बाहेर अंगणातल्या बागेत बसू या का?''

होकारार्थी मान हलवून अण्णा उठले. सुमतीने एक वेताची खुर्ची उचलली आणि बागेतल्या मोठ्या सोनचाफ्याच्या झाडाखाली आणून ठेवली. समोरच्या पितळी कड्यांच्या झोपाळ्यावर अण्णा बसले. सुमती आपले विणायचे साहित्य-लोकर व सुया घेऊन आली व खुर्चीवर बसून तिने आपले अर्धवट विणलेले स्वेटर पुढे विणण्यास सुरुवात केली.

अण्णांनी समोर पाहिले, झाडाचे एकही पान हालत नव्हते. शीतल वाऱ्याची एखादी मंद झुळूकही तिथे वावरत नव्हती. तरीपण घरातल्या पंख्यांच्या गरम वाऱ्यापेक्षा वृक्षाखालची थंड सावली सुखद वाटत होती. आकाशात सूर्य पश्चिमेकडे झुकला होता. अस्तास जाण्यापूर्वी आपल्या उष्णतेचे जमेल तेवढे चटके देण्याचे त्याने ठरवले असावे. ते रूक्ष वातावरण अण्णांच्या अस्वस्थतेत अधिकच भर घालत होते. त्यांचे मन सैरभर झाले होते. त्यांनी एक सूक्ष्म सुस्कारा सोडला आणि सुमतीकडे पाहिले. तिचे हात सरावाने टाके घालीत असले तरी ती त्यांच्याकडेच पाहत होती. त्यांनी चटकन आपली नजर दुसरीकडे वळवली. अण्णा आपल्यापासून काही तरी लपवत आहेत हे जाणून तिने आपुलकीने विचारले, ''आज गप्प गप्प का आहात अण्णा? तब्येत बरी नाही का?''

''छे ग! उन्हाच्या या तापानं वैताग आलाय नुसता. दुपारभर अंगाची काहिली झाली होती जणू! सरबत घेतल्यावर बरं वाटलं जरा.''

''तरीपण काही तरी नक्कीच आहे. तुम्ही बेचैन आहात. मन अस्वस्थ

झाले की तुम्हाला बोलणे सुचत नाही हे आजवरच्या अनुभवांनी मला चांगले ठाऊक आहे. मला नाही का सांगणार?''

सुमतीच्या मृदू शब्दांनी अण्णांना भडभडून आले. लाडक्या लेकीची माया त्यांना जाणवली. ग्रीष्म ऋतूतल्या या वातावरणाप्रमाणे ती रूक्ष जीवन कंठीत आहे या विचाराने ते व्याकूळ झाले.

''अण्णा, बोलत का नाही?''

आता मात्र फार वेळ चालढकल करण्यात अर्थ नाही, बोलणं भाग आहे, काय तो एकदा सोक्षमोक्ष होऊ दे, असा विचार करून धाडस गोळा करत अण्णांनी एकदाचे सांगून टाकले-

''सुमती, आज सकाळी अजित आला होता.''

सुमती दचकली. तिच्या हातातील एक सुई खाली पडली आणि नकळत ती उद्गारली, ''घरी?''

''हो.''

अण्णांना वाटले ती पुढे काही तरी विचारेल, पण तिने खाली वाकून पायाजवळची सुई उचलली व ती शांतपणे आपले विणकाम करू लागली. जणू अजितशी तिचा काही संबंधच नव्हता. क्षणभर बसलेल्या धक्क्यातून तिने स्वतःला सावरले होते. तिचा चेहरा निर्विकार दिसत असला तरी अंतर्यामी प्रचंड खळबळ माजली असणार हे अण्णा जाणून होते. आवंढा गिळून ते हळूच म्हणाले, ''त्याला आपल्या वागणुकीचा पश्चात्ताप झाला आहे.''

''त्यात विशेष ते काय! असे होणार हे अपेक्षितच होते, पण केवळ साडेतीन वर्षात असे व्हावे म्हणजे आश्चर्य आहे'' सुमती.

''अग, चार-पाच महिन्यांच्या थोड्याशा अवधीत जितक्या झपाट्याने तो जमिलाबानूकडे आकृष्ट झाला तितक्याच वेगाने तिच्यापासून अल्पावधीतच दूर होणार, हे मलासुद्धा सूर्यप्रकाशाइतके स्पष्ट दिसत होते. तो केवळ तिच्या सौंदर्याचा मोह होता. शाश्वत प्रेम नव्हते. त्या वेळी अजितला समजावण्याचा थोडा का प्रयत्न केला सर्वांनी! पण काही समजून घेण्याची स्थिती नव्हती, इच्छाही नव्हती.''

''प्रेम आंधळं असतं अण्णा! ते इतर कसलाही विचार करत नाही. तुमच्या उपदेशाचा तेव्हा अजितने उपहास केला. देवाब्राम्हणांसमक्ष माझ्याशी विवाहबद्ध होऊनही तिच्याशी जन्मजन्मांतरीचे नाते असल्याचा त्याला साक्षात्कार झाला होता. तिच्या इश्काने त्याला इतके पागल केले होते, की मला व स्वतःच्या

दोन गोजिरवाण्या, छोट्या मुलांना वाऱ्यावर सोडताना त्याला काहीसुद्धा वाटले नाही. एवढेच नव्हे तर आपल्या प्रेमपात्राच्या इच्छेखातर त्याने धर्मही बदलला. जगातील कोणतीही शक्ती आमच्या प्रीतीआड येऊ शकणार नाही हे शब्द त्याने खरे करुन दाखवले. अजितऐवजी 'दिलावर' हे नाव धारण करताना आपला स्वाभिमानही गुंडाळून ठेवला. आणि कुणाचेही न ऐकता, प्रत्यक्ष पित्याच्या व बहिणीच्या विनवण्यांकडे दुर्लक्ष करून माझ्या आसवांना न जुमानता कायदेशीरपणे माझ्याशी घटस्फोट घेतला व तिच्याशी लग्न केले. त्याचे ते दिव्य, अलौकिक प्रेम इतक्यात एकाएकी आटले कसे?'' सुमती झरझर टाके घालत म्हणाली.

''अगदी सोपे आहे याचे उत्तर! प्रेमाच्या धुंदीत त्याला इतर विचार सुचले नव्हते. मोहाची पट्टी डोळ्यावर असल्याने इतर अनेक गोष्टी त्याला दिसल्या नव्हत्या. धर्म बदलून दुसऱ्या संस्कृतीशी, आचार-विचारांशी एकरूप होणे त्याला वाटले तितके सोपे नव्हते. जमिलाबानूच्या आवडीनिवडी, देवधर्म, विविध विषयांवरची तिची मते अगदी भिन्न होती. त्या सर्वांशी पदोपदी जुळवून घेताना त्याला जड जात होते. तिच्यावर मन जडले असले तरी स्वतःचे संस्कार त्याला विसरता येत नव्हते. त्यामुळे थोड्याच दिवसात पावलोपावली खटके उडू लागले. आणि मग अजितच्या डोळ्यांवरची धुंदीची पट्टी हळूहळू उघडू लागली. वास्तव स्थितीचे त्याला भान येऊ लागले. लाल आणि निळा हे दोन रंग मिसळले तर त्यांना वेगळाच विचित्र रंग प्राप्त होईल. पाण्याप्रमाणे कोणीही दुसऱ्या रंगाशी संपूर्णपणे एकरूप होणार नाही, होऊ शकणार नाही हे त्याला कळून चुकले. जमिलाबानूचे व आपले जमणे हे जमीन अस्मानाच्या मीलनाइतके अशक्य आहे हे त्याने जाणले. क्षितिजरेषेवर जमीन-अस्मानाचे मीलन झाले आहे, असे वाटले तरी तो केवळ भास असतो, सत्य नसते. आपण भासालाच भुललो हे त्याच्या लक्षात आले व जेव्हा सारे सहनशक्तीच्या पलीकडे गेले; तेव्हा त्याने ते बंधन तोडण्याचा निर्णय घेतला.''

''गाठली असेल आता दुसरी कोणी बेगम...'' सुमती टाक्यांची एक ओळ संपवून दुसरी सुरू करत म्हणाली.

''नाही गं, जमिलाबानूवरचे प्रेम हा क्षणिक मोह होता. तुझ्यावरचे प्रेमच खरे होते हे त्याला जाणवलंय, पटलंय, किती कळवळून बोलत होता तो!''

''त्याशिवाय दुसऱ्याची सहानुभूती, दया त्याला कशी मिळेल?'' सुईला लोकरीची अढी घालत सुमती म्हणाली.

''खरंच, त्याच्या चेहऱ्यावरचे भाव करुणाजनक होते गं. सुमती, अजित

माझ्या मित्राचा मुलगा, चांगला शिकला सवरला. इंजिनियर झाल्यावर फॅक्टरीत त्याला चांगली नोकरी मिळाली. स्वतःच्या पायावर उभे राहिल्यानंतरच तू आवडत असल्याचा उच्चार त्याने त्याच्या वडलांजवळ केला. त्यांनी रीतसर तुला मागणी घातली. त्याचे उत्तम रूप, गुण, आर्थिक स्थैर्य पाहून उत्तम स्थळ चालून आल्याचा मला आनंद झाला. पोरीने नशीब काढले या खुशीत मी तुमचे लग्न थाटामाटाने लावून दिले. अजितची फॅक्टरीतील प्रगती, दोन मुलांच्या आगमनाने बहरलेला तुझा संसार पाहून मी तृप्ततेचे सुख भोगीत होतो. पुढे असे काही अघटित घडेल याची कल्पनाही नव्हती.''

अण्णांचे बोलणे ऐकण्याच्या नादात सुमतीचे हात थांबले होते. सुईवरचे बरेच टाके उसवले होते. भानावर येऊन ते पुन्हा सुईवर घेत ती म्हणाली, ''पण आता काय त्याचे! कशाला त्या कटू आठवणी काढता? हृदयाचा तो कप्पा मी कायमचा बंद करून टाकला आहे.''

''बरं केलंस! माणसाने दुःखाचे दिवस विसरावेत आणि सामोऱ्या आलेल्या सुखाचे स्वागत करावे यातच त्याचे भले आहे.''

''म्हणजे! अण्णा! तुम्हाला काय म्हणायचंय?'' सुमतीच्या आवाजात काहीसा कंप होता. तिच्या मांडीवरचा लोकरीचा गुंडा घरंगळत खाली पडला.

''सुमती बाळ, झालं गेलं गंगेला मिळालं. अजितला त्याची चूक कळाली. तो पश्चात्तापाने पोळून निघाला आहे. परत घरी तुझ्याकडे यायचं म्हणतोय!'' अण्णा रुमालाची घडी घालत म्हणाले.

''काय?'' हातातील विणकाम मांडीवर टाकून सुमतीने खुर्चीच्या हाताचा आधार घेतला.

''होय सुमती. हे सांगण्यासाठीच तो आज आला होता. तो पुन्हा आपल्या धर्मात येणार आहे. फक्त तू त्याला स्वीकारावेस अशी त्याची इच्छा आहे.''

''ते कसं शक्य आहे?'' ती पुटपुटली.

''का! त्यात काय अशक्य आहे! तू उदार मनानं त्याला क्षमा केलीस, मध्यंतरीचे तीन-साडेतीन वर्षांचे वादळ संपवण्याचे ठरवून मन मोठे केलेस, तर पुन्हा या घरात सुख नांदेल.''

सुमतीने खाली वाकून लोकरीचा गुंडा उचलला व उलगडली गेलेली लोकर ती गुंडाळू लागली. जणू आपल्या सैरभैर झालेल्या भावना व विचार ती नीट आवरत होती. पुनश्च हातात सुया घेऊन ती विणू लागली. अण्णा उत्सुकतेने आपल्या उत्तराची वाट पाहत आहेत हे लक्षात येऊन क्षणभराने ती म्हणाली,

''आमचा सुखाचा संसार आता कदापि शक्य नाही.''

''का?'' आपल्या करारी मुलीचे अपेक्षित उत्तर ऐकूनही अण्णांनी विचारले.

''ज्याने माझ्या पवित्र प्रेमाचा अपमान केला, देवाब्राह्मणासमक्ष विवाहप्रसंगी घेतलेल्या शपथेला कवडीचे मोल दिले. त्याला क्षमा करण्याइतके माझे मन मोठे नाही अण्णा! कोत्या, मत्सरी मनाची मी एक स्त्री...''

''स्वतःला दूषणे देऊ नकोस पोरी.''

''मग काय करू? ऑफिसच्या ट्रेनिंगला म्हणून सहा महिने अजित जातो काय, आणि त्या अवधीत तेथे भेटलेल्या जामिलाबानूच्या प्रेमात पडतो काय, सारेच विलक्षण! त्याच्या प्रेमाच्या वार्ता ऐकून माझ्या हृदयाला ज्या जीवघेण्या यातना झाल्या त्या माझ्या मलाच ठाऊक!'' बोलता बोलता सुमतीने चार उलट व चार सुलट टाके घातले.

''खरं आहे बेटा! आम्ही सारे शब्दांची मलमपट्टी करत होतो, पण तू फार फार सोसलंस.''

''सहा महिन्याच्या परेशला छातीशी धरून रात्र-रात्र मी रडत राहिले. बिचारा तीन वर्षांचा राजेश माझ्या अश्रू ढाळण्याने कावराबावरा होऊन जात असे. तुम्ही, दादा, सारे नातेवाईक व परिचित अजितला समजावत होते, पण त्याच्यावर मुळीच परिणाम होत नव्हता. त्याने तिच्याशी लग्न करण्याचा निर्णय सांगितला तेव्हा तर धरणी पोटात घेईल तर बरे, असे झाले. चिमण्या मुलांनाही तो विसरला. तिच्याशी निकाह लावण्यासाठी त्याने पुढे धर्मही बदलला आणि हे ऐकूनही माझे शरीर लोचटपणे जिवंत राहिले. सगळ्या संवेदना बधीर झाल्या. कल्पनेलाही असह्य होणारी वार्ता कळली तरी मी जगते आहे. आहे की नाही आश्चर्य!'' सुमती अस्वस्थपणे टाक्यामागून टाके घालत होती. ते बरोबर आहेत की चुकीचे याकडे तिचे मुळीच लक्ष नव्हते.

''त्याने धर्म बदलल्याशिवाय ती मुळी लग्नाला तयारच होईना, तेव्हा त्याला तिचा हट्ट मानावाच लागला.''

''जे तिला सुचले ते याला सुचले नाही. तिने स्वत्व कायम राखले. या स्वाभिमानशून्य माणसाने तिच्यासाठी धर्म बदलावा याचा तर मला अतिशय संताप आला. याने केवळ तिच्याशी लग्न केले असते, तर मला इतके दुःख झाले नसते. पण त्याच्या 'दिलावर' होण्याने माझ्या अंगाचा नुसता भडका झाला. मला त्याचा तिरस्कार वाटू लागला. हा माणूस माझा पती होता, याची मला शरम वाटू लागली. मन त्याचा धिक्कार करू लागले, पण धर्म बदलला म्हणून का कोठे

कर्म बदलते? त्याला ईश्वर शासन करील, पश्चात्तापदग्ध होऊन तो माघारी येईल याची मला खात्री होती.''

''तुझा विश्वास अनाठायी नव्हता. पूर्णपणे भिन्न असलेल्या संस्कृतीशी त्याला जुळवून घेता आले नाही. जमिलाबानूला नियमितपणे अभक्ष भक्षण करताना पाहून त्याच्या अंगावर काटा येई. मंदिरासमोर त्याचे पाय रेंगाळत. हिंदू देवतांच्या मूर्ती व फोटोसमोर नकळत तो नतमस्तक होई. 'दिलावर' या नव्या नावाने कोणी हाक मारली, की त्याला पूर्वी विचित्र वाटे; पण अलीकडे त्या संबोधनाने अंगावर चाबकाचा फटकारा ओढल्यासारख्या वेदना होऊ लागल्या. अपराधी मन सतत डागण्या देऊ लागले आणि तो खंतावू लागला.''

''म्हणून त्याच्या चंचल मनाने पुन्हा पलटी खाल्ली वाटतं!''

''चंचल नव्हे, पण विवेकी मनाला अपराधाची जाणीव रात्रंदिवस टोचू लागली आणि असह्य झाले तेव्हा तो परत आला. जमिलाबानूच्या बेगडी स्वरूपसौंदर्यामागे हट्टी, दुराग्रही मन आहे. ती कोणत्या तडजोडीला तयार होत नाही. प्रत्येक वेळेस अजितनेच नमते घ्यावे अशी तिची इच्छा असते. तिच्या विरुद्ध मत व्यक्त केले तरी ती भांडण काढते व लगेच हमरीतुमरीवर येते, हे पाहून त्याचे मन विषण्ण झाले. तुझा शांत, सोशिक, आनंदी राहण्याचा स्वभाव त्याला सतत आठवू लागला व त्या पार्श्वभूमीवर जमिलाबानूचे आततायी वागणे त्याला अधिकच खुपू लागले. तो अगदी त्रासून, कंटाळून गेला. तुझी व मुलांची आठवण वारंवार येऊ लागली.''

''तिथे अपयश आल्यावर आमची आठवण येऊ लागली काय?'' उपहासाने हसत सुईवर सुई आपटत सुमती म्हणाली.

तिला समजावण्याचा प्रयत्न करत अण्णा म्हणाले, ''जाऊ दे गं तो आधीच पोळून निघाला आहे. 'सुबहका भुला अगर शामको वापस आये तो वह भुला नहीं कहलाता' ही म्हण ठाऊक आहे ना! प्रत्यक्ष शिवाजी महाराजांनीसुद्धा परधर्मात गेलेल्या नेताजीला परत आपल्या धर्मात घेतले व स्वतःची मुलगी त्याच्या मुलाला देऊन भारताला एक नवा आदर्श घालून दिला. त्या काळात शास्त्री-पंडितांना पटवून देऊन हे करणे सोपे नव्हते.''

''अण्णा, कशाला त्या थोर पुरुषाशी माझी तुलना करता! शिवाजी महाराजांचे सारेच अलौकिक होते. मी एक सामान्य, संसारी स्त्री! स्वतःच्या संसाराच्या टीचभर सुखदुःखात रममाण होणारी! दैवानं संसारातलं सुख हिरावून घेतलं. माझं एक जाऊ द्या, पण स्वतःच्या दोन चिमण्या पोरांचीसुद्धा त्याला दया येऊ नये! खुशाल सर्वांना सोडून मोकळे झाला. आमचं काय होईल, लहान मुलं

कशी वाढतील, कशाच्या आधारावर मी चरितार्थ चालवीन, कशाकशाचा म्हणून त्याने विचार केला नाही. समक्ष माझ्याशी बोलण्याचा धीर झाला नाही. तेवढं नैतिक धैर्य होतंच कुठं? कदाचित माझ्यासमोर मन डळमळीत होईल, असंही वाटले असेल त्याला! म्हणून पत्रातून सारं कळवून माझ्यावर घणाघात केला.''

''पण तूही खरी स्वाभिमानी! कोणत्याही पित्याला अशा लेकीचा अभिमानच वाटेल. अजितला तुझ्याशी संसार करण्याची इच्छा नाही म्हटल्यावर तू त्याची विनवणी करायला मुळीच गेली नाहीस. तुझा दादा त्याच्याबरोबर भांडायला निघाला होता. 'कसा जमिलाबानूशी लग्न करतो ते बघतो' असे म्हणत होता. पण तू त्याला अडवलेस. त्याने अजितकडे जाऊ नये म्हणून त्याच्या मात्र तू विनवण्या केल्यास. शपथा घालून डोळ्यांत पाणी आणून त्याला त्याच्या विचारापासून तू परावृत्त केलेस.''

''संसार म्हणजे धाकदपटशा दाखवून जबरदस्तीने करायला लावण्याची गोष्ट नव्हे अण्णा! रडून, गोंधळ घालून किंवा धमक्या देऊन पाया खचलेल्या संसाराचा डोलारा फार दिवस सावरून धरता येणार नाही हे मी ओळखून होते. अजितनेच त्यावर घाव घातला होता. जमिलाबानूने त्याच्यावर विलक्षण जादू केली होती. तिच्यासाठी तो बायकापोरे, धर्म सारे काही सोडायला तयार झाला. यावरूनच तिच्या जबरदस्त आकर्षणाची कल्पना येते. अजितला माझ्या बंधनातून मोकळे करणे हाच त्या परिस्थितीत योग्य मार्ग होता.'' सुमतीचे विणणे चालूच होते.

''मनात दुःखाचा डोंगर लपवून आणि काळजावर दगड ठेवून तू घटस्फोटाच्या कागदावर सही केलीस. निदान जमिलाबानूला भेटून तिला तरी समजावून सांगून पाहा, असे मी म्हणत होतो; पण तू ऐकले नाहीस.''

''मी स्वतःच्या दारात तडफडत मरेन, पण दुसऱ्याच्या दारात मी भीक मागायला जाणार नाही. खरं सांगू अण्णा, मी तिला मुळीच दोष देत नाही. आपलाच दाम खोटा, तिथे दुसऱ्याला काय बोलायचं! ज्याला मी खंबीर, पुरूषोत्तम म्हणून साता जन्माच्या सोबतीसाठी माळ घातली ते माझे नाणेच तकलादू होते, चंचल होते. क्षुद्र मोहापुढे त्याला धर्म, पत्नी व मुले यांची मातब्बरी वाटली नाही.'' बोलता बोलता सुमती आपण विणले ते बरोबर आहे ना हे पाहू लागली.

''हं!'' अण्णा सुस्कारा सोडून म्हणाले, ''आपलं नशीब! दुसरं काय! अजित जमिलाबानूशी निकाह लावून त्या गावीच राहिला. तू मुलांना घेऊन आमच्याकडे राहावेस, असे वारंवार सांगूनही तू येथेच एकटी राहिलीस!''

''एकटी कशानं! मुले आहेत की सोबतीला! तुम्ही गावात आहात हा तर केवढा मोठा आधार आहे. माझ्या दुर्दैवाची झळ मी दादा-वहिनींच्या संसाराला का लागू देऊ? या महागाईच्या दिवसांत मी व मुले कोणावर भार होऊन राहावे हे मला पटेना. दादा-वहिनी नोकरी-कष्ट करून आम्हाला सांभाळायला तयार होते, हा त्यांच्या मनाचा मोठेपणा होता; पण मी का आयते बसून खावे? हा माझा जन्मभराचा प्रश्न होता आणि मीही काही अडाणी नव्हते. लग्नाआधीच मी एम. ए. झाले होते. अजितच्या आग्रहाखातर संसार-मुले सांभाळत मी डॉक्टरेट पूर्ण केली ती उपयोगी पडली. कॉलेजमध्ये लेक्चरर म्हणून नोकरी मिळाली आणि आर्थिक प्रश्न तरी मिटला. हे घर माझ्यासाठी ठेवण्याची अजितला सुबुद्धी झाली हे माझं सुदैवच! स्वतःच्या व मुलांच्या इच्छेनुसार भविष्य घडवणं आता अशक्य नाही.''

''पुनर्विवाहाचा विचारही तू धुडकावून लावलास!''

''माझे मनच आता संसारातून उठले आहे. नशिबात असते तर हाच संसार शेवटपर्यंत लाभला नसता का? शिवाय माझ्या पुनर्विवाहामुळे मुलांच्या मनावर विपरीत परिणाम होण्याची शक्यता होती.''

''अगं पण स्त्रीला आधार हा हवाच!''

''तो पतीचाच हवा असे नाही. माझी मुले आहेत. तुम्ही, दादा इथेच आहात.''

''पण पोरी, मी किती दिवसांचा? तुझी मुले अजून लहान आहेत. तुझ्या दादाची बदली होण्याचे घाटते आहे. अशा वेळी जणू परमेश्वरानेच धाडल्याप्रमाणे अजित परत येतो आहे. त्याचा तू स्वीकार कर.''

सुमतीने हातातले विणकाम थांबवले आणि काही क्षण अण्णांकडे एकटक पाहून ती म्हणाली, ''मला स्वधर्माचे व स्वाभिमानाचे धडे शिकवणारे अण्णाच का बोलताहेत हे! मनाला येईल तेव्हा निघून जायला आणि हवे तेव्हा यायला अजितला काहीच वाटत नाही; पण मला काहीच का किंमत नाही? मी त्या बाटग्याला घरात का घ्यावे?''

''अगं पण...''

''काही सांगू नका अण्णा तुम्ही! माझ्यासमोर त्याची बाजू घेऊन सहानुभूतीने त्याच्या कृत्याचे समर्थन करू नका. त्याचा काही उपयोग होणार नाही. ज्या दिवशी मी अजितला घटस्फोट दिला त्या दिवसापासून स्वतःच्या नावामागे सौ. ही उपाधी लावण्याचे सोडून दिले आहे हे ठाऊक आहे ना!''

''त्याचेच दुःख आहे मला! तुझ्या दारावरची नेमप्लेट वाचली की मला

असह्य यातना होतात. नवरा जिवंत असताना...''

''पण त्याला घटस्फोट दिलाय ना! मग आता कसले नाते?''

''पहिले नाते पुन्हा जोडता येईल पोरी.''

''पण कशाला! त्याची काय जरूर आहे आता!''

''एकटं राहाणं फार असह्य आहे ग. आज मुले लहान आहेत. त्यांचे करण्याने व नोकरीमुळे तुला जाणवत नाही; पण उद्या मुले मोठी झाली, की आपापल्या व्यापात गुंग होतील आणि तू एकटी पडशील. तेव्हा ते एकटेपण खायला उठेल. माझे अनुभवाचे बोल आहेत हे! तुझी आई गेल्यापासून तू व दादा असूनही मला ते एकटेपण असह्य होते. तिन्हीसांजेच्या कातरवेळी जीव वेडापिसा होतो...''

''तुम्हाला काय वाटतं, मी त्याचा अनुभव घेतला नाही? अजितने त्या महिन्याभरात जन्मभराचे अनुभव माझ्या गाठी बांधले आहेत. गेली साडेतीन वर्षं मी एकलेपण भोगतेच आहे. चेहऱ्यावर काही दाखवण्याचा माझा स्वभाव नाही, पण मनातून मी पिचून, मोडून गेले आहे. रोज कणाकणाने झिजते आहे. अजित व जमिलाबानूच्या प्रीतीचे, शृंगाराचे चित्र कल्पनेपुढे नकळत रंगवले जाते आणि भयाण रात्र अधिकच कासावीस करते नि तडफडते. त्याने प्रतारणा केली असली तरी मी अजितला विसरू शकत नाही. माझे मन तिरस्कार करते ते दिलावरचा. हृदयाच्या कप्प्यात अजितचे स्थान अबाधित आहे. अल्पकालीन संसाराच्या सुखद स्मृती स्मृतिमंजूषेत जपून ठेवल्या आहेत. तीच शिदोरी आता जन्मभर पुरवायची आहे.'' सुमतीचे विणकाम आता पूर्ण होत आले होते.

''पण का? पुन्हा सुख भोगायची संधी चालून आली असता...''

''मला नको उष्टे, बाटलेले सुख! दिलावरला माझ्या घरात, मनात कुठेच स्थान नाही. ते एकदा गेले ते गेले. फळ एकदा नासले की त्याला कोणी तोंड लावत नाही अण्णा! जमिलाबानूशी जमेना म्हणून त्याला पुन्हा आपल्या धर्मात यावेसे वाटले...''

''सुमती असे म्हणतात की माणसाने ' माझे चुकले' असे कबूल केले, की त्याला त्याचा अपराध माफ करावा. केवळ 'सॉरी' म्हटलं की इंग्लिश माणूसही म्हणे गुन्हा विसरून क्षमा करतो.''

''अशानं माणसं निर्ढावतील. फक्त चुकलं म्हटलं की गुन्हा माफ होतो म्हटल्यावर रोज एक गुन्हा करून क्षमा मागायला येतील.''

'' वस्तुस्थितीचा विपर्यास करते आहेस तू. तुझ्या म्हणण्यानुसार अजितचा अपराध क्षम्य केला नाही तर मोठा बिकट प्रसंग येईल. जाणाऱ्याला दार उघडे

पण येणाऱ्याला बंद. हा कुठला न्याय! अशाने हिंदूंची संख्या घटत जाईल नि पुढे...''

''मला पुढचा विचार करण्याचे कारण काय! मी माझ्यापुरता हा प्रश्न निकालात काढला आहे.'' सुमतीने शेवटचा टाका घालत म्हटले.

''प्रत्येकाने असेच म्हटले तर कसे! थोडीशी उदार दृष्टी ठेवून विचार केला पाहिजे. आणि...''

''मी मघाशीच तुम्हाला सांगितलंय की माझे मन तेवढे मोठे नाही. अजितने केलेली प्रतारणा व दिलेले दुःख मला विसरता येणार नाही. तो समोर आला की मला तेच आठवेल आणि मग जगणे दोघांनाही अशक्य होईल. अजित माझ्या मनातून एकदा उतरला तो कायमचा! त्याला पुन्हा ते स्थान मिळणार नाही. आमचे मार्ग आता भिन्न आहेत. आणि दोन समांतर रेषा कधीच मिळू शकत नाहीत, हे त्रिकालबाधित सत्य आहे.'' सुमतीने स्वेटरचे टाके बंद करत म्हटले.

''पुन्हा एकदा नीट विचार कर सुमती. तुझी मुले अजून मोठी व्हायची आहेत. त्यांना पित्याचे प्रेम...'' अण्णा चिवटपणे प्रयत्न करत होते, पण त्यांना थांबवित सुमती म्हणाली, ''काही आवश्यकता नाही त्याची! मी माझ्या मुलांना मातेचे आणि पित्याचे प्रेम देईन. या साडेतीन वर्षांत मी तेच करत आले आहे. मुलांनाही त्याची सवय झाली आहे.''

''तरी पण...''

''अण्णा, स्पष्ट बोलते म्हणून रागावू नका. पण मी अजितला स्वीकारावे असा आग्रह धरण्यात तुमचाही स्वार्थ आहे.'' सुमती विषण्णतेच्या एक प्रकारच्या गुंगीत बोलत होती.

''स्वार्थ! कसला?'' अण्णांनी गोंधळून विचारले.

''त्याशिवाय का तुम्ही मला असा आग्रह करता आहात! हिंदू धर्माचे तुम्ही कडवे अभिमानी. तुमची ती हिंदुत्वनिष्ठा कुठे गेली? त्याऐवजी 'ह्या गृहस्थाच्या लेकीनं उदार अंतःकरणाने आपल्या पतीला पुन्हा घरात घेतले, स्वधर्मात येण्याची संधी दिली', असा लोकांनी तुमचा गौरव करावा म्हणूनच ना तुमचा हा अट्टहास?''

''काय बोलतेस पोरी!'' अण्णा दुखावून म्हणाले.

''तर मग तुम्ही मला असा विपरीत आग्रह करू नका. माझे दृढ मन डळमळीत होईल असा युक्तिवाद करू नका. एकदा मोडलेली फांदी पुन्हा झाडाला लागत नसते. अजितने खुशाल पुन्हा स्वधर्मात यावे. त्याला मी कोण

नाही म्हणणार? आपल्यातली दुसरी एखादी मुलगी त्याच्याशी लग्न करायला तयार होईल. त्याने खुशाल संसार थाटावा, पण माझे दार त्या दिवशीच त्याला बंद झाले आहे. पुन्हा हा विषय नको.'' सुमतीने शेवटचा टाका बंद करून दातांनी लोकर तोडून टाकली.

''तुझा हा निर्णय अखेरचा समजू ना!'' अण्णांनी थकल्या स्वरात विचारले.

''अर्थात!''

सुमतीने पूर्ण झालेला स्वेटर घडी घालून प्लॅस्टिकच्या पिशवीत ठेवला. तिने वर पाहिले. अण्णांचा दुखावलेला चेहरा, भरून आलेले डोळे पाहून तिचे मन हेलावले. ती चटकन पुढे झाली व अण्णांच्या पायावर डोके ठेवत म्हणाली, ''अण्णा, बोलण्याच्या भरात मी अपशब्द बोलले, तुमचा अनादर केला. त्याबद्दल...''

''तू जराही किंतू मनात न ठेवता बोललीस म्हणून मला बरे वाटले. बाप आपल्या लेकरावर कधी रागवत नसतो बाळ. मी तुला बाळ म्हटले तरी तू मोठी झाली आहेस, प्राध्यापक आहेस. तुझे मन, तुझी मतं परिपक्व आहेत. मी तुला अधिक सांगायला नको होतं, बरं येऊ मी?''

''इतक्यात कोठे निघालात? जेवल्याशिवाय सोडणार नाही मी.''

''नको सुमती, मला भूकच नाही.''

''माझ्यावर रागावून नाराज होऊन चाललात?''

''तुझ्यावर रागावलो नाही हे आत्ताच सांगितलंय. रागावण्याचं कारणच काय? मी तुझा पिता असलो तरी तुझ्या जीवनातला प्रश्न कसा सोडवायचा हे अखेर तूच ठरवायचे आहेस. मी कशाला जबरदस्ती करू? माझे मत तेवढे मी तुला सांगितले. ते मानायचे की नाही हे तुझ्या इच्छेवरच अवलंबून आहे. सर्व बाजूंनी विचार करून तू निर्णय घ्यावास एवढंच माझं म्हणणं!''

अण्णा पुढे चालू लागले. त्यांचे खांदे झुकले होते. पाय ओढत ते चालले होते. अतिशय थकल्यासारखे ते दिसत होते.

सूर्य अस्ताला गेला होता. हळूहळू काळोखाची छाया पसरत होती. आतापर्यंत स्तब्ध असलेल्या वृक्षांची पाने सळसळत होती. शीतल वाऱ्याची एखादी झुळूक मधूनच स्पर्शून जात होती. घामेजलेल्या शरीराला थोडासा आराम मिळत होता; पण अण्णांच्या बेचैन मनाला स्वस्थता नव्हती. डोक्यात काहूर माजले होते. त्याला निश्चित दिशा नव्हती. भरकटलेल्या मनाचा भार शरीराला पेलत नव्हता. अश्रुपूर्ण नजरेने सुमती त्यांच्याकडे पाहत होती.

"अण्णा! अण्णा!" कोठून तरी धावत येऊन राजेशने अण्णांचा हात धरला. तो धापा टाकत होता. त्याचा चेहरा भयभीत दिसत होता.

"काय रे?"

"ते पाहा, तिकडे काय चाललंय!"

राजेशने बोट दाखवले तिकडे अण्णांनी पाहिले. अनेक पक्ष्यांचा किलबिलाट चालला होता. नीट निरखून पाहिले तेव्हा तो प्रकार अण्णांच्या लक्षात आला. त्यांनी एक दीर्घ सुस्कारा सोडला.

"ते सगळे पक्षी मधल्या त्या पक्ष्याला सारखे का टोच्या मारत आहेत?"

"त्यांच्या जगाचा तो न्याय आहे बाबा! टोच्या मारून मारून ते त्या पक्ष्याचा जीव घेतील तेव्हाच थांबतील."

"का? असा दुष्टपणा का?" हळव्या राजेशने रडवेले होऊन विचारले.

"त्या पक्ष्याच्या एका चुकीचे शासन देताहेत त्याला."

"चूक! कसली चूक?" राजेशला काहीच कळेना.

"तो पक्षी आपल्या कळपातून बाहेर पडला असेल. माणसाचा त्याला स्पर्श झाला असेल म्हणून ते त्याला पुन्हा त्यांच्या कळपात घ्यायला तयार नाहीत. त्या पक्ष्याच्या चुकीचे एकच शासन, ते म्हणजे त्याला ठार मारणे. त्या पक्ष्यांची ती रीतच आहे."

"बाप रे! किती भयंकर आहे हा न्याय!"

"एका चुकीची अशी किंमत मोजावी लागते. आपण कितीही या पक्ष्यांना हाकलले तरी त्या पक्ष्याच्या प्राणाचे मोल घेतल्याशिवाय ते राहणार नाहीत. त्याला हाल हाल करून मारतील. त्याच्या अपराधाला क्षमा नाही." बोलता बोलता अण्णांनी जवळ येऊन उभ्या राहिलेल्या सुमतीकडे पाहिले. त्या नजरेतील अर्थ तिला कळला आणि तिच्या मनात प्रचंड घालमेल सुरू झाली. विचारांचा नुसता गोंधळ माजला. विस्फारलेल्या नजरेने ती त्या घायाळ पक्ष्याकडे व त्याला टोच्या मारणाऱ्या इतर पक्ष्यांकडे पाहत होती. अण्णांच्या शेकडो शब्दांनी जे काम केले नव्हते ते त्या दृश्याने केले. जखमी पक्ष्याचे पंख तुटले होते, अंगातून रक्त वाहत होते. तो गरीब बिचारा पक्षी त्या इतर दुष्ट पक्ष्यांच्या तावडीतून सुटण्याची केविलवाणी धडपड करत होता, पण ते त्याला सोडत नव्हते. एक झाला की दुसरा असे आळीपाळीने टोच्या मारत होते. त्याच्या शरीराची नुसती चाळणी झाली होती.

सुमतीच्या डोळ्यांसमोर निराळेच कल्पना चित्र उभे राहिले. त्या घायाळ पक्ष्याच्या जागी तिला अजित दिसू लागला. लोक त्याला शब्दांचे घाव घालत होते; शस्त्रांच्या घावांनी त्याच्या शरीराचे लचके तोडत होते. तन मन घायाळ झालेल्या अजितची तडफड तिला पाहवेना. जणू स्वतःच त्या वेदना भोगत असल्याप्रमाणे ती ओरडली, ''अण्णा ऽऽ''

''काय गं? काही चावलं का?'' अण्णांनी घाबऱ्या घाबऱ्या विचारलं.

''अण्णा, अजितला घरी घेऊन या.''

''काय?'' आश्चर्याने थक्क झालेले अण्णा उद्गारले. सुमतीचे शब्द त्यांना अगदी अनपेक्षित होते. हा कायापालट कसा झाला ते त्यांना कळेना.

''होय अण्णा! अजितला स्वीकारायला मी तयार आहे. पुन्हा स्वधर्मात येण्यासाठी त्याची तेवढीच अट आहे ना?''

''हो. तू आपले म्हटल्याशिवाय बाकीचे म्हणणार नाहीत, असे त्याला वाटते आणि पुन्हा तू व मुले मिळणार नसतील, तर जगण्यात स्वारस्य नाही असे तो म्हणत होता; पण तुझी मतं...''

''मी माझ्या मतांना मुरड घालीन. मानापमानाच्या कल्पनांचे गाठोडे बांधून फेकून देईन. या पक्ष्यांनी माझे डोळे उघडले आहेत. असले भयानक शासन अजितला झाले तर मी कल्पनेतही सहन करू शकणार नाही, हे आता माझ्या लक्षात आले. काही झालं तरी तो माझा पती आहे. माझे त्याच्यावर अद्यापही प्रेम आहे म्हणून तर त्याची तडफड मला पाहवत नाही. माझ्यापेक्षा त्यालाच आधाराची अधिक आवश्यकता आहे. तो देताना माझ्या मनाला त्रास होईल. जमिलाबानू प्रकरणाचे मला कधीच विस्मरण होणार नाही. नव्या अजितला माझ्या हृदयातील पूर्वीचे स्थान मिळणार नाही, हे ठाऊक असूनही मी माझ्या बंद घराचे दरवाजे उघडून त्याला आत घेणार आहे. स्वधर्मात यायची संधी त्याला देणार आहे.''

''पण मग तो संसार रूक्षच होईल...''

''अण्णा, उलट सुलट कसेही टाके घातले तरी आकाराच्या हिशेबाने विणलेल्या लोकरीचा स्वेटर होतच असतो. फार तर तो सुंदर दिसणार नाही, सुंदर होणार नाही इतकंच! पण तुटलेला संसार साधला तर जाईल! अजितचे चंचल मन आता कदाचित स्थिर होईल, त्याचा पश्चात्ताप खरा असेल अशी आपण आशा करू या. मोडलेली फांदी पुन्हा रुजते का ते पाहू या.''

''रुजेल, नक्की रुजेल. माझा तसा आशीर्वाद आहे.''

■

समान हक्क

■

त्या दिवशी महिलामंडळात आधुनिक विचारांच्या एक बाई आल्या होत्या. त्यांचे भाषण ऐकून मी अगदी भारावून गेले. त्या विचारांचा माझ्या मनावर चांगलाच प्रभाव पडला होता. त्याच नादात मी घरी आले. माझा स्वभावच असा आहे की कोणी काही नवे सांगितले की मला लगेच पटते. माझे मन म्हणजे जणू नवी करकरीत पाटी आहे. कोऱ्या पाटीवर जे लिहावे ते कसे स्पष्ट उमटते तसे माझ्या मनाचे आहे. मला पटकन सारे पटते. मनात खोलवर जाऊन रुतून बसते. महिलामंडळात आलेल्या त्या बाई किती छान बोलत होत्या! काय त्यांचे वक्तृत्व! काय त्यांची भाषा! किती सुंदर विचार मांडले त्यांनी! मी तर अगदी थक्कच होऊन गेले. भाषणाचा विषय होता, 'एकविसाव्या शतकात स्त्री खरोखरीच मुक्त झाली आहे का?' वक्त्या बाईंनी मांडलेले विचार अत्याधुनिक व धडाकेबाज होते. आणि मनाला कोठे तरी ते पटतही होते. संगीताची मैफल संपली तरी त्यातील सुरेख गाणं बराच वेळ मनात रेंगाळत राहावे तसे ते भाषण, त्यातील वाक्ये घरी आल्यावरही माझ्या डोक्यात पिंगा घालत होती. आजसुद्धा स्त्री मुक्त नाही. पुरुष मोठे लबाड, बिलंदर असतात. गोड गोड बोलून बायकांना आपले गुलाम बनवतात. किती खरं आहे ते! लाडात आले की 'राणी' म्हणतील, पण चोवीस तास घरात कामवाल्यासारखं राबवून घेतील. घरात सदैव नवऱ्यांचीच हिटलरशाही चालते. नवरा जे म्हणेल तेच घरात झाले

पाहिजे नाही तर आकांडतांडव करून घर डोक्यावर घेतात. कधी दरडावून तर कधी गोड बोलून त्यांना पाहिजे ते सारे करून घेतात.

आमचे 'हे' काही असे कधी घर डोक्यावर घेत नाहीत. स्वभावाने तसे शांत आहेत, पण त्यांचे म्हणणे गोड बोलून माझ्या गळी उतरवतात. कधी नकळत मी त्यांच्या मनासारखे करते हे माझ्या लक्षातही येत नाही. मी कोणत्याही बाबतीत काही म्हटले की त्यांचा विरोधच असतो. जाऊ दे, वाद नको म्हणून नेहमी मीच नमतं घ्यायचं, तडजोड करायची. त्यामुळे ह्यांना आता तशीच सवय लागली आहे. साध्या साध्या गोष्टीतही ते आपलंच खरं करतात. मी सिनेमाला जाऊ म्हटलं की ते म्हणतात, ''नको, अंधारात बसण्यापेक्षा मोकळ्या हवेत फिरायला जाऊ.'' परवा मी कलर टीव्ही घेऊ म्हटल्यावर हे लगेच म्हणाले, ''या वेळी सोफासेट घेऊ. नंतर दिवाळीला कलर टीव्ही घेऊ या.''

एवढंच काय, माझ्या मुलाच्या शेखरच्या वाढदिवसाला ''श्रीखंड आणू या, त्याला खूप आवडतं'' असं मी म्हटल्यावर लगेच हे म्हणाले, ''या पावसात कोण श्रीखंड खाणार! त्यापेक्षा गुलाबजाम आणतो.''

मी मनात खट्टू झाले. नाताळच्या सुट्टीत महाबळेश्वरची ट्रीप करू असे मी सुचवल्यावर काही न बोलता ह्यांनी माथेरानची तिकीटे काढून आणली. माझा स्वभाव पडखाऊ, भोळाभाबडा असल्याने नेहमी ह्यांचाच हेका चालतो. माझ्या मनाजोगे काही होत नाही.

आज मंडळात त्या बाईंनी भाषणात सांगितले, ''मागून काही मिळत नसते. आपल्याला जे पाहिजे ते आपणच मिळवावे लागते.'' किती खरं आहे ते! मी जर अशीच गप्प राहत गेले तर जन्मभर मला असे दुय्यम जीवन जगावे लागेल. ते काही नाही. इथून पुढे आपल्या मनासारखे वागायचे. फार ऐकलं ह्यांचं आतापर्यंत! सध्याचे दिवस स्त्री-पुरुष समानतेचे आहेत, पण मला घरात कोठे आहेत ह्यांच्याइतके हक्क? आहेत ती फक्त कर्तव्ये! मी जर माझी कर्तव्ये केली नाहीत तर चालेल का? मी ह्यांच्या मनासारखी वागले नाही तर चिडतीलचं ना! ते काही नाही. आपण आता आपले हक्क गाजवायला सुरुवात करायची. खरं म्हणजे हक्क कसा गाजवायचा, तेच मला माहीत नाही; पण आता शिकले पाहिजे. कशी बरं करावी सुरुवात?

'हे' मला नेहमी माझ्या नावानं हाका मारतात. माझं नाव मीना! किती सुंदर नाव! सुरेख मीनावर्क करावं तसं! पण येता जाता सारखं हाका मारून ह्यांनी त्याचा पार कचरा करून टाकला आहे. सगळ्या सोसायटीला नव्हे गल्लीला

माझं नाव ठाऊक झालं आहे. बायकांनी नवऱ्याचं नाव न घेता 'अहो' म्हणायचं. कारण त्यांचं नाव घेतलं की आयुष्य कमी होतं, असं जुनी माणसं म्हणतात. मग नवऱ्यांनी सारख्या हाका मारल्या की बायकोचं आयुष्य नाही का कमी होत? पण बाईच्या आयुष्याची कोणाला काय किंमत! एक गेली तर दुसरी आणता येते, पण आता काळ बदलला आहे. हल्लीच्या मुली नवऱ्याला नावाने हाक मारतात. (समान हक्क ना!) पूर्वी 'हे' या सर्वनामानं उल्लेख केला की ती बाई आपल्या नवऱ्याविषयी बोलत आहे हे न सांगता कळत असे. परवा मी पार्वतीकाकूंच्या घरी गेले तर त्यांची सून 'मधूऽऽ' म्हणून हाका मारत आली तेव्हा हा मधू म्हणजे तिचा भाऊ आहे की नवरा की घरगडी, हेच लवकर लक्षात आले नाही. पार्वतीकाकूंच्या मुलाचेच नाव मधू आहे हे, मला नंतर कळलं. हल्ली मुलंसुद्धा वडिलांना 'ए बाबाऽऽ' म्हणतात. सगळेच समान पातळीवर आले आहेत.

आमचे 'हे' बाहेरून आले की कॉलबेल वाजवतात व पाठोपाठ 'मीनाऽऽ' अशी हाकही मारतात. मी कामात गुंतलेली असते. लगेच दुसरी हाक येते '' मिनेऽऽ'' लगेच धावत जावेच लागते, नाही तर स्वारीचा पारा चढतो व तिसरी हाक येते, ''मिनडेऽऽ''. आपले शेजारी पाजारी ऐकतील याचेही भान नसते. मी मात्र ह्यांना आदराने 'अहो' का म्हणायचं? हा समान हक्कांचा जमाना आहे ना! मी पण आता असेच करणार. स्वतःला व स्वतःच्या जुन्या विचारांना बदलणार. ब्रह्मदेशात मातृसत्ताक पद्धती आहे म्हणे! घरी-दारी सगळीकडे स्त्रियांचीच सत्ता चालते. माझे लग्न होऊन अठरा वर्षे होत आली. अजूनही माझ्या घरात माझं राज्य असू नये! ते काही नाही. मी आता फक्त शब्दातील 'लाडकी राणी' न राहता खरीखुरी राणी होऊन सत्ता गाजवणार.

दिवसभर माझ्या मनात उलटसुलट विचार येत होते आणि त्यातून माझा निश्चय पक्का होत होता. स्वराज्याची आणि सुराज्याची सुंदर स्वप्ने मी रंगवत होते. 'स्वामिनी'चा हिरेजडित मुकूट डोक्यावर घालून मी सिंहासनावर बसले आहे, असे स्वप्नही दुपारी लागलेल्या झोपेत मी पाहिलं. हे स्वप्न साकार करण्यासाठी मी मनोमन तयारी केली.

संध्याकाळी ऑफीस सुटल्यावर नेहमीप्रमाणे घरी आल्यावर ह्यांनी कॉलबेल वाजवली. पाठोपाठ 'मीनाऽ' अशी हाकही आली. मी धावत दारापर्यंत जाईपर्यंत 'मीनेऽऽ' ही दुसरी हाकही ऐकू आली. नेहमी पळत येऊन काहीशा पडेल, घाबऱ्या चेहऱ्यानं मी दार उघडत असे; पण आज मात्र मला राग आला होता.

'आलेऽ आले' असं म्हणत मी दार उघडले व म्हणाले, ''जरा कसा दम निघत नाही हो तुम्हाला! वाघ मागे लागलाय का? बाहेरूनच कशाला ओरडता? ऐकणारे काय म्हणतील याचा तरी माणसानं विचार करावा ना!'' माझा करडा व चढलेला आवाज ऐकून हे दचकल्याचे मला जाणवलं. त्यांना माझ्याकडून ही अपेक्षा नव्हती. काही तरी बिनसलंय असे वाटून ते निमूटपणे आत आले. मी चहा करून दिला. त्यांनी पिण्यास सुरुवात केल्यावर कसंबसं धाडस गोळा करून मी त्यांना हाक मारली, ''राजेशऽऽ''

''काय?'' ह्यांना ठसकाच लागला. मी त्यांच्याकडेच पाहत होते. त्यांच्या चेहऱ्यावर पुरेपूर आश्चर्य उमटलेले होते. त्यांची नजर टाळून समोरच्या खुर्चीवर बसत मी म्हटले, ''उद्या मैत्रिणींबरोबर मी शिरगावला- प्रति शिर्डीला जाणार आहे.''

''मग?'' ते उद्‌गारले.

''पहाटे निघायचे आहे तेव्हा उद्या तू हॉटेलमध्ये जेव.''

आपल्याला बसलेल्या धक्क्यातून सावरत पुढच्याच क्षणी ते उठले व माझ्याजवळ येऊन आपल्या हाताचा पंजा उलटा करून त्यांनी माझ्या गळ्याला लावला. मी तो झटकत म्हणाले, ''हा काय चावटपणा?''

''तुझी तब्येत बरी आहे ना ते पाहत होतो.''

''मला काय धाड भरली आहे. उद्या मी ट्रीपला जाणार.''

''जा ना! मी कुठे नाही म्हणतोय? पण आज हे काय नवीन! मला चक्क राजेश म्हणालीस.''

''मग त्यात काय झालं? तू नाही का मला 'मिने, मिनेऽ' अशा सारख्या हाका मारत?''

ते काही तरी बोलणार एवढ्यात त्यांच्या मोबाइलची रिंग वाजली म्हणून तो विषय तेवढ्यावरच थांबला. पुढचे चार-पाच दिवस आमच्या घरात असे तसेच गेले. दोघेही कामापुरतेच एकमेकांशी बोलत होतो. मुले त्यांच्या शाळा, क्लास व अभ्यास यात मग्न होती. घरातील शांतता त्यांच्या लक्षात आली नव्हती.

एके दिवशी कामवाली कामाला आली नाही. सकाळच्या घाईच्या वेळी माझी कामाची धांदल उडाली होती. सकाळपासून मी पायाला भिंगरी लागल्यासारखी घरभर धावपळ करत होते. चहा-नाश्ता झाला, केर-वारे झाले, फरशी पुसली, भांडी घासली, आंघोळी झाल्यावर कपडे धुतले, ते वाळत घालून

भाजी चिरली, कणिक भिजवली. कुकर लावत असतानाच आरामात पेपर वाचत बसलेल्या राजेशने फर्मानं सोडलं, ''जरा आलं घालून चहा कर ना!''

''एक दिवस स्वतः चहा करून घेतला तर काही बिघडणार नाही. तुमचं ऑफिस, मुलांच्या शाळा आहेत. वेळेवर स्वयंपाक व्हायला पाहिजे. त्यात मधे चहा कुठे करू?'' मी खेकसले.

ह्यांनी दचकून आश्चर्याने माझ्याकडे पाहिले. नेहमी पेपर वाचताना ह्यांची ब्रह्मानंदी टाळी लागलेली असते. मी काही बोलत असले तरी त्याकडे त्यांचे लक्ष नसते, पण आज एकंदर माझा रागरंग पाहून त्यांनी उठून चहा केला. थोड्याच वेळात चहाचे दोन कप घेऊन ते माझ्याजवळ आले व एक माझ्यापुढे करत म्हणाले, ''गरमागरम चहा घे. हल्ली किती चिडचिड करतेस! दमलीस का? एवढे काम होत नसेल तर दुसरी कामवाली बोलवायची ना!''

ह्यांच्या शब्दातील प्रेमळ भाव व माया मला जाणवली क्षणभर. माझ्या मनात आत कोठे तरी गलबलून आलं. चहाचा आयता कप! तोही ह्यांच्या हातचा! लग्न होऊन एवढी वर्षं झाल्यावर माझ्या आयुष्यात हा पहिलाच प्रसंग! मला अगदी भरून आलं. भारावून जाऊन मी काही बोलणार तेवढ्यात त्या बाईचे भाषण आठवले आणि मी भलतेच बोलून गेले. ''काही नको पुळका दाखवायला! मी तुम्हाला चांगली ओळखून आहे. अशा गोड बोलण्यानं मी आता फसायची नाही.'' मोठ्या फणकाऱ्याने मी आत निघून गेले. हे दुखावलेत व माझ्याकडे पाहत राहिले आहेत हे मला जाणवत होते.

दुसऱ्या दिवशी रविवार होता. आजही कामवाली न आल्याने माझी धावपळ चालू होती. साडेबारा वाजता जेवणे झाली. मी लगेच भांडी घासायला बसले. ते पाहून हे म्हणाले, ''थोडा आराम करून मग का बाकीची कामे करत नाहीस?''

''नंतर तरी मीच करायचं ना?''

यावर ते गप्प बसले. मी भांडी घासत बडबड करत होते. ''दिवसभर मरमर मरायचं, पण इथे आहे का कोणाला दयामाया? सगळे खुशाल पाय पसरून ताणून देतात. पेपर वाचतात किंवा टीव्ही बघत बसतात. म्हणे, हा समान हक्कांचा जमाना आहे. कोठे आहेत समान हक्क. हे शब्द भाषणात व पेपरमध्ये वाचायचे. घरात एकानं दिवसभर कामं करायची आणि दुसऱ्यानं दिवसभर आराम करायचा सगळा अन्यायच! सोसायचा तरी किती?'' माझ्या तोंडातून नुसत्या लाह्या फुटत होत्या. घरातलं वातावरण तंग झालं होतं. सारी कामे उरकून जेव्हा मी बाहेर आले तेव्हा हे माझ्याजवळ आले. मला हाताला

धरून सोफ्यावर स्वतःच्या जवळ बसवले व समजुतीच्या सुरात म्हणाले, ''तुला झालंय तरी काय? किती चिडचिड करतेस! इतके दिवस तूच घर सांभाळत होतीस. त्यामुळे मला काही करावं लागलं नाही. तुला झेपत नाही का सारं काम? दिवसभर मदतीला एखादी बाई बघ. आणि मी तुला काय मदत करावी अशी अपेक्षा आहे तुझी? तू म्हणशील ते मी करीन. समान हक्क म्हणजे समान घरकामं दोघांनी करायची का? नेमकं काय हवंय तुला? तू भांडी घासली तर मी धुवून घ्यावी, तू कपडे धुतलेस तर मी पिळून वाळवावे, तू केर काढलास तर मी फरशी पुसावी किंवा तू स्वयंपाक करत असताना मी भाजी चिरून द्यावी अशी अपेक्षा आहे का तुझी? स्पष्ट सांग.''

मी एकदम धसकलेच व गुळमुळीतपणे म्हणाले, ''तसं कुठे म्हटले मी! पण कामातला काही ना काही वाटा तुम्ही उचलायला नको का! नोकरी करणाऱ्या बायकांचे नवरे पाहा कसे त्यांना घरकामात मदत करतात. संध्याकाळी बायको कामावरून आली की तिला गरमागरम चहाचा कप हातात देतात. मी आपली 'हाऊस वाईफ' म्हणून माझ्या नशिबी हे सुख आहे का!''

''असं का म्हणतेस? संसाराला लागणारे पैसे कमावणे, बँक, पोस्टव्यवहार, किराणा-भाजी आणणं इ. बाहेरची कामे मी करावी व तू घरातील स्वयंपाकपाणी, मुलांचा अभ्यास, त्यांच्यावर सुसंस्कार घडवणे ही कामे पाहायची अशी पारंपरिक पद्धतीचीच आपल्या घरातील कामांची विभागणी पहिल्यापासूनच आहे ना! मी माझ्या कामात कधी टाळाटाळ करतो का?''

''म्हणून काय झालं! तुमची सारी कामे स्कुटर वा गाडीतून म्हणजे फारसे कष्ट न घेता होतात. ऑफिसातही बैठे काम! मी आपली कमरेचा काटा ढिला होईपर्यंत दिवसभर 'रांधा, वाढा, उष्टी काढा' हेच आजही करत असते. ऑफिसमधून आल्यावर तुम्हाला आरामच असतो. मस्त टीव्ही पाहत, पेपर वाचत टाईमपास करता, पण मला थोडी मदत करावी असं वाटतं का कधी? शेजारी पाहा, दोघे मिळून सर्व घरकामे करतात व बरोबर घराबाहेर पडतात. सगळी कामे वाटून घेतात. दोन मुले आहेत त्यापैकी एकाचे आवरणे, खाऊ घालणे, शाळेत पोचवणे आई करते व दुसऱ्याचे सारे वडील करतात. एकदा नवऱ्याच्या आवडीचे तर पुढच्या वेळी बायकोच्या आवडीचे केले जाते आणि...''

''अगं, प्रेमात किंवा संसारात असा हिशोब असतो का! हे खातं बेहिशेबी असतं. त्यांचं गणित जमाखर्चात होईल का! तिथे काटेकोर वाटणी करताच येणार नाही. एकमेकांना समजून घेऊन, अडीअडचणीला परस्परांना मदत केलीच पाहिजे.''

''हे बोलायला सगळं छान आहे, पण कधी काही करायची सवय कोठे आहे तुम्हाला! परवा शेजारच्या कमूताई सांगत होत्या की त्यांच्या मुलाचे लग्न झाल्यावर महिन्याभरानं त्यांची सून त्यांना म्हणाली, 'तुमच्या मुलाला एवढ्या दिवसात काही शिकवलं नाही तुम्ही! साधा चहासुद्धा करता येत नाही ह्याला! कुकर लावणं तर दूरचं!' यावर कमूताई काय बोलणार! एकुलता एक मुलगा. लाडात वाढवला, त्याला काही घरातलं काम करू दिलं नाही आणि आता सून अशी बोलत होती. पूर्वी सासू सूनेला 'तुला आईनं स्वयंपाक शिकवला नाही का?' असे विचारायची. आता तेच शब्द सून सासूला ऐकवते. काळ बदलला. पुरुषांनाही सगळं काम आलं पाहिजे. रोज हॉटेलात तरी किती दिवस खाणार? तब्येत बिघडल्यावर घरीच जेवावे लागते. मग यायला नको का?''

''पण पुरुषांना स्वयंपाक यायला लागला तर तुमचं बायकांचं महत्त्व कमी होईल ना?''

''ते कसं?''

''पुरुष सगळे करू लागल्यावर बायकांची गरजच काय! कितीही दिवस बायको माहेरी गेली तरी काही अडणार नाही. घरचे जेवण मिळाल्यावर कशाला बायकोची आठवण होईल? फार तर रात्री तेवढी'' हे गमतीनं बोलत होते.

''पुरे आता!''

तो विषय मी तिथेच थांबवला, पण आपलं काही चुकत तर नाही ना असा मी अंतर्मुख होऊन विचार करू लागले. घरात अजून पूर्वीसारखं वातावरण झालं नव्हतं. हे आवश्यक तेवढंच माझ्याशी बोलत होते. त्यामुळे माझ्या मनात चलबिचल माजली होती. मी मनाची चांगली असून मला कोणीतरी शिकवलं आहे. माझ्या डोक्यात समान हक्काचे खूळ भरवलंय असं ह्यांनी माझ्या बहिणीला सांगितले होते. माझ्याशी तर असहकारच पुकारला होता. त्यांचे कोणतेही काम ते मला करू देत नव्हते. आपला चहा स्वतःच करून घेत होते. स्वयंपाक करता येत नसल्याने निमूट जेवत मात्र होते. आपण आपल्या कर्तव्यात चुकत आहोत असा सल मनाला टोचत होता. कशातही मन लागत नव्हते. अशातच वर्तमानपत्रात आलेला लेख माझ्या वाचनात आला त्यातील प्रमुख मुद्द्यांनी मला अंतर्मुख केले.

१९ नोव्हेंबर हा जागतिक पुरुषहक्कदिन म्हणून युनोने जाहीर केला आहे. भारतीय संस्कृती पुरुषप्रधान आहे. पूर्वी घरात पुरुषांचेच वर्चस्व असे. बायका घाबरून असत. पण आता पुरुषहक्क संरक्षण समिती, सेव्ह इंडिया फॅमिली फाउंडेशन, कुटुंब बचाव अभियान, पुरुषमुक्ती संघटना इ. अनेक संस्था भारतातील

प्रमुख शहरात स्थापन होत आहेत. काही घरात बायका पुरुषांना छळतात, जगणे असह्य करतात. 'नॅशनल क्राईम ब्यूरो ऑफ रेकॉर्ड'च्या अहवालात दररोज २१६ पती आत्महत्या करतात असे म्हटले आहे. पुरुषांना मुक्ती हवी. भारतीय दंड विधानसंहितेतील कलम ४९८ अ या कलमाचा दुरुपयोग होत आहे. महिलांकडून होणाऱ्या कायद्याच्या दुरुपयोगामुळे हजारो कुटुंबे उद्ध्वस्त होत आहेत. स्त्रिया खोटे गुन्हे दाखल करून मोठ्या प्रमाणात ब्लॅकमेल करत आहेत. पुरुष 'गरीब बिचारे' झाले आहेत. बायकांच्या बाजूने कायदा असल्याने त्या त्याचा फायदा घेत आहेत. त्यामुळे स्त्रियांविषयीची सहानुभूती कमी होत आहे.

स्त्रियांना पूर्वीपेक्षा बरेच स्वातंत्र्य मिळाले आहे, पण त्या अधिक स्वातंत्र्याची अपेक्षा करतात. पूर्वी केवळ भाजीत मीठ कमी घातले म्हणून रागाने ताट भिरकावणारे, स्त्रियांना मारून, छळून, हाकलून देणारे पुरुष अतिरेक करत होते. ते जसे अयोग्य तसेच स्त्रीने सर्वच बाबतीत स्वातंत्र्याची अपेक्षा करणे हेही योग्य नाही. दोन्हीतला मध्य असावा. आज स्त्री पुरुषांच्या बरोबरीने सर्व क्षेत्रात आघाडीवर असते. अर्थार्जन करते. ही तिची प्रगती कौतुकास्पद आहे. पण निसर्गानेच स्त्री-पुरुष यांच्यात भेद केला आहे. अंगात कितीही ताकद व धैर्य असले तरी समोर चार गुंड आले, की त्यांचा सामना स्त्री करू शकत नाही. हे सत्य आपण अनुभवतोच ना! तिला पुरुषाचा आधार लागतोच. तेव्हा खोट्या बढाया मारण्यात काय अर्थ आहे! मर्यादित स्वातंत्र्यात तिने समाधान मानले पाहिजे. पिता, पती, पुत्र वा बंधू अशा कोणत्या ना कोणत्या पुरुषाच्या छायेतच ती सुरक्षित जगू शकते. माझ्या मनात विचारांची उलथापालथ होत होती.

दुसऱ्या दिवशी संध्याकाळी ऑफीसमधून येतानाच नेहमीप्रमाणे ह्यांचे चार-पाच मित्र त्यांच्याबरोबर आले. मात्र या वेळी त्यांनी मला काही पूर्वसूचना दिली नव्हती. एरवी हे मला आदल्या दिवशीच त्याची कल्पना देत असत. दोघे मिळून मित्र आल्यावर काय काय करायचे, खायला काय करायचे ते ठरवून घेत असू; पण आज येतानाच हॉटेलमधून त्यांनी सामोसे, बाकरवडी, गुलाबजाम आणले होते. माझ्याशी न बोलताच त्यांनी डिश भरून बाहेर नेल्या. हळूहळू त्यांची गप्पांची मैफल रंगली. बोलता बोलता गप्पांची गाडी स्त्रियांच्या आरक्षणावर आली. मी आतून ऐकत होते. एकजण म्हणाला, ''स्त्रियांना ३०% आरक्षण कशाला हवे? समानतेच्या गप्पा मारतात ना! ५०% मिळवा म्हणावं! केवळ स्त्री अबला म्हणून फायदा घ्यायचा का? पुरुषांची ताकदीची कामे करून दाखवा म्हणावं!''

''अरे परवा एका ऑफिसात गेलो होतो तेथील प्रमुख अधिकारी असलेला

माझा मित्र वैतागला होता. 'काय झालं?' म्हणून चौकशी केली तेव्हा म्हणाला, "इथे या ऑफिसात जास्त बायकाच कामाला आहेत. रोज उशिरा येतात. कधी घरात कोणी आजारी, तर कधी मुलांच्या शाळेच्या काही अडचणी अशी काही ना काही कारणे सांगतात. पुरुषांएवढाच पगार घेतात, पण त्यांच्यासारखी वेळेवर कामे या बायका करत नाहीत. जरा धाक बसावा म्हणून काही बोलले तर डोळ्यातून गंगायमुना काढून रडायलाच सुरुवात करतात. कसं हे ऑफिस नीट चालवावे हेच कळत नाही."

"अरे, माझी बायकोही हल्ली समान हक्कासाठी भांडायला लागली आहे. आपलं नशीब म्हणायचे की समानता म्हणून एका मुलाला तुम्हीच जन्म द्या, पाजा असं म्हणत नाहीत. मी तिला म्हणतो समान म्हणजे ५० टक्केच काय, १०० टक्के हक्क घे. मी तुझाच आहे, पण प्रसंगी गोडीगुलाबीने वागून सर्व हक्क मिळवण्याचे कौशल्य आधी आत्मसात कर."

नेमकी याच वेळी मी पेपर घ्यायला बाहेर आले. ह्यांची व माझी नजरानजर झाली. आज मुद्दामच घरी मित्र आणून ही चर्चा घडवली नाही ना, याची मला शंका आली; पण ती खोटी असल्याचे त्यांच्या नजरेतून मला जाणवले. मात्र या चर्चेतून माझ्या एक ध्यानात आले, की असे भांडून संसारात समान हक्क मिळणे अवघड आहे. वृथा भांडून, अबोला, असहकार ही आयुधं वापरून घरातील शांती, समाधान नष्ट करण्यात काही अर्थ नाही. 'हे' तर मला अजिबात छळत नाहीत. शब्दानेही दुखावत नाहीत. घरकाम करणे हे त्यांच्या स्वभावातच नाही. संसाराला आवश्यक ती कामे कुरकुर न करता आनंदाने करतात. मला साधा ताप आला तरी कासावीस होतात. 'आज रजा काढून घरीच थांबू का,' असे विचारतात. अशा वेळी मला सक्तीची बेडरेस्ट देऊन घरातील सगळी कामं करतात. वेळेला एवढं करतात हेच खूप आहे. त्यातच समाधान मानून सुखाने संसार करावा हेच बरं! समान हक्क मागून संसाराचा तोल घालवण्यापेक्षा प्रसंगी कौशल्याने वागून आपल्या मनासारखे करून घेणे चांगले!

महिलामंडळातील एका स्त्री वक्त्याच्या भाषणाने माझ्या डोक्यात शिरलेलं समानतेचं भूत बाहेर चाललेली चर्चा ऐकून हळूहळू उतरू लागलं आणि ह्यांनी न सांगताच पुन्हा माझ्या गृहिणीच्या भूमिकेत शिरून मी सर्वांसाठी चहा करण्याच्या कामाला लागले.

फादर्स डे

■

''आजोबा, थोडे सरकता का? मला एक बुके घ्यायचा आहे.''

''हो, हो, माझं झालंच आहे,'' असे म्हणत आपल्या हातातील फुले-हार यांची पुडी घेत वसंतराव बाजूला झाले. त्यांनी पाहिले तर एक बारा-तेरा वर्षांचा मुलगा व त्याच्या मागे आणखी तीन माणसे उभी होती. रोजच्याप्रमाणे वसंतराव आजही सकाळी सातच्या सुमारास देवासाठी हार-फुले घ्यायला या दुकानात आले होते. केवळ पाच-दहा मिनिटात आपल्या मागे इतकी गर्दी झाली आहे हे त्यांच्या लक्षातही आले नाही. सारे लोक ताज्या फुलांचे गुच्छ घेत असलेले पाहून त्यांनी एका माणसाला विचारले, ''आज काय आहे? काही कार्यक्रम आहे का?''

''आज जून महिन्याचा पहिला रविवार आहे ना!''

''मग?''

''अहो, आज फादर्स डे आहे. आपल्या वडिलांना मुले गुच्छ देऊन शुभेच्छा व गिफ्ट देतात.''

वसंतराव नकळत हसले व घरी निघाले. फॉरेनचे हे फॅड आपल्याकडेही आता आले आहे. दरवर्षी किती आणि कोणकोणते डे हल्ली साजरे करतात याला गणतीच नाही. 'मदर्स डे', 'फादर्स डे', 'फ्रेंडशिप डे', 'वुमन्स डे', 'म्युझिक डे', 'विधवा डे', 'हात धुवा डे' इत्यादी अनेक डे पूर्वी कोण व कधी साजरे करत होतं! आई-वडील घरातच असल्याने रोजचा दिवस त्यांचाच होता. त्यात वेगळं

काय आणि का साजरं करायचं? पण आता मुलं परदेशी किंवा वेगळे होऊन लांब राहतात त्यामुळे वर्षातून निदान एकदा तरी मुद्दाम आईवडिलांसाठी वेळ काढून त्यांना भेटायला जायचे. बुके व गिफ्ट देऊन मदर्स- फादर्स डे साजरा करायचा की संपले आपले कर्तव्य, असे मुलांना वाटते आणि मुलांनी या निमित्ताने तरी आपली आठवण काढली म्हणून आईवडिलांनी धन्य धन्य व्हायचं, असे चित्र सध्या बऱ्याच ठिकाणी दिसते. ही मुले खूप कामात असतात. त्यांच्या व्यापातून त्यांना वेळच मिळत नाही अशी पालकांनी स्वतःची (खोटी) समजूत घालायची एवढेच! कारण वेळच मिळत नाही अशी सबब सांगणाऱ्या या मुलांना बायको व मुलांना घेऊन फिरायला, सिनेमाला, ट्रीपला अशा ठिकाणी जायला वेळ असतो; पण कधीतरी एखाद्या सुट्टीच्या दिवशी आईवडिलांना बाहेर कोठे घेऊन जावे असे त्यांना वाटत नाही. वयोमानानुसार डोळे अधू झाल्याने फारसे वाचन करता येत नाही. श्रवणशक्ती कमी झाल्याने गप्पांमध्ये सामील होता येत नाही की नाटक, सिनेमा, सभासंमेलनाचा आनंद घेता येत नाही. गुडघे दुखत असतील तर चालणे कठीण झाल्याने बाहेर फिरता येत नाही. घरात बसून कंटाळा येतो. भरल्या घरात एकट्या पडलेल्या अशा आईवडिलांजवळ घटकाभर बसून चार सुखदुःखाच्या गोष्टी बोलाव्या असे किती मुलांना वाटते? वर्षातून एकदा पैसे खर्च करून मदर्स-फादर्स डे करण्यापेक्षा या गोष्टी केल्यास त्यांना आनंद वाटेल, पण हे सांगून कोणी ऐकणार आहे का? बायको-मुले घेऊन हॉटेलात खाणे-पिणे, भटकणे, सिनेमा-नाटक पहाणे ही सारी उपभोग घेण्याची वृत्ती वाढत आहे. सुदैवाने पैसेही भरपूर मिळतात. त्यातले आईवडिलांसाठी किती खर्च केले जातात? कालाय तस्मै नमः! दुसरे काय?

वसंतरावांना काही वर्षांपूर्वीची एक घटना आठवली. त्यांच्या कॉलनीत फादर्स डे चा जाहीर कार्यक्रम साजरा करण्याचे ठरले. सोसायटीचा हॉल फुगे, पताका, झिरमिळ्या लावून सर्वांनी सजवला. टेपरेकॉर्डरवर बिस्मिल्ला खाँच्या सनईचे मंद स्वरातील म्युझिक लावले. हॉलच्या दारात सुरेख रांगोळी काढली. व्यासपीठाच्या टेबलावर पुष्पगुच्छ रचून ठेवले. सायंकाळी लोक हळूहळू जमायला लागले. प्रमुख पाहुणे म्हणून एका सामाजिक कार्यकर्त्याला बोलावले होते. सोसायटीच्या पदाधिकाऱ्यांची लगबग चालली होती. तेवढ्यात तेथून निघालेल्या एका खेडवळ माणसाने ही तयारी पाहून वसंतरावांना विचारले, ''आज हितं काय साकरपुडा, लग्न हाय का?'' ''नाही. आज फादर्स डे आहे म्हणून वडिलांना शुभेच्छा देण्याचा कार्यक्रम आहे.''

''कुणाला शुभेच्छा देणार?'' त्याने विचारले.

''आज खास फादर्स डे निमित्त वडिलांविषयी कृतज्ञता व्यक्त करायची, आभार मानायचे.''

''फादर्स डे म्हणजे काय वं?''

त्याला कसे समजावून सांगावे हे वसंतरावांना कळेना. फादर्स डे या शब्दाचा मराठीत शब्दशः अनुवाद करून त्यांनी सांगितले. ''म्हणजे वडिलांचा दिवस!''

''अजबच हाय! तुमी शिकल्याली माणसं बाप जिता असतानाच त्याचा दिवस घालता व्हय!''

त्याने वडिलांचा दिवस याचा असा अर्थ काढलेला पाहून वसंतरावांना धक्काच बसला. ते चांगलेच चपापले. 'बापाचा दिवस' या शब्दातून किती भयानक अर्थ व्यक्त होतो हे लक्षात येऊन ते अस्वस्थ झाले. आता दरवर्षी फादर्स डे या दिवशी त्यांना त्या खेडूताचा 'बापाचा दिवस' हाच अर्थ आठवतो आणि मनोमन आपणच काहीतरी अपराध केल्यासारखे ते मनोमन ओशाळतात. सध्या अनेक घरांमध्ये मातापित्यांची केविलवाणी अवस्था झालेली दिसते. आपणच जन्माला घातलेली आपली मुले मोठी झाल्यावर किती दुष्टपणे, क्रूरपणे वागतात हे वसंतराव आजूबाजूला पाहत होते. पूर्वी असे एखाद दुसरे उदाहरण दिसायचे. पण आता समाजात अशा कृतघ्न मुलांची संख्या खूप वाढली आहे. अंधार गडद होत चालल्याची जाणीव होत होती.

वसंतरावांच्या जगन्नाथ या मित्राची कहाणी अशीच हृदयद्रावक होती. गेल्या वर्षी त्याची पत्नी कावीळ होण्याचे निमित्त होऊन अचानक वारली. तेव्हापासून तो एकटा पडला. मुलगा सून नोकरीमध्ये व नातवंडे शाळा कॉलेजात व्यस्त असत. सुट्टीच्या दिवशीही त्यांचे नाटक-सिनेमा पाहणे, फिरायला, हॉटेलात जेवायला जाणे असे काही ना काही एंजॉयमेंटचे कार्यक्रम आधीच ठरलेले असत. शिवाय लायन्स क्लब, कसले ना कसले ग्रुप यांचे सभासदत्व घेतलेले असल्याने त्याचेही कार्यक्रम असत. त्यात कोठेही जगन्नाथला स्थान नसे. एकट्या जगन्नाथला घर खायला उठत असे. तो फक्त घराचा वॉचमन, पहारेकरी झाला होता, पण काही बोलायची सोय नव्हती. कारण त्यांच्या शेजारच्या रामरावांनी जेव्हा पत्नी वारल्यावर मुलगा एका शब्दानेही चौकशी करीत नाही म्हणून रागाच्या भरात थोडी कानउघाडणी केली तेव्हा 'किती कटकट करतात,' असे सांगून मुलाने त्यांना वृद्धाश्रमात नेऊन ठेवले. हे कळाल्यापासून घाबरून

जगन्नाथ गप्प राहत होता. नाही तरी मुलाच्या या घरात एखाद्या वृद्धाश्रमात असल्यासारखा एकटाच राहत होता. म्हातारपण माणसाला किती हतबल करते हा तो अनुभवत होता. आयुष्यभराची पुंजी साठवून हौसेने बांधलेल्या या घरात शेवटचा श्वास घेण्याची त्यांची इच्छा होती, म्हणून नाइलाजाने तिथे राहत होते. दोन वेळ जेवत होते, पण त्या गारढोण अन्नाला चव नव्हती. रात्री गादीवर शरीर टाकत होते. पण झोप लागत नव्हती. सुदैवाने पेन्शन मिळत असल्याने आर्थिक परावलंबित्व नव्हते. मुलगा प्रकृतीची चौकशीही करत नव्हता मग औषध देण्याची अपेक्षा करणे चुकीचे होते. कपडालत्ता वा अन्य काही हवे नको हे सुद्धा विचारत नव्हता. ज्या मुलाला एवढे कौतुकाने वाढवले, ऐपत नसतानाही इंजिनिअरिंगचे महागडे शिक्षण दिले, त्याची सर्व हौसमौज पुरवली, त्याला या साऱ्यांचा विसर पडला. त्याला वडिलांसाठी वेळ नाही, वेळ देण्याची वा काही करण्याची इच्छा नाही याचे जगन्नाथला प्रचंड दुःख होत होते, पण आपलेच दात आपलेच ओठ! सांगायचे तरी कोणाला! आपणच मुलावर संस्कार करण्यात कमी पडलो असा स्वतःला दोष द्यायचा. वसंतरावांना तो काही सांगत नसला तरी ते सारे ओळखून होते. त्याला वाईट वाटू नये म्हणून त्यांनी त्याला या विषयावर कधी छेडले नाही.

पंधरा दिवसांपूर्वी हार्ट अटॅक येऊन अचानक जगन्नाथ वारला. तेव्हा तेथे गेल्यावर त्याचा मुलगा व सून ढसाढसा रडत असलेले पाहून वसंतरावांना आश्चर्याचा धक्काच बसला. त्या दोघांच्या डोळ्यातून वाहणाऱ्या अश्रुधारा गालावरून खालपर्यंत ओघळत होत्या. आलेल्या लोकांना जगन्नाथच्या आठवणी व गुण सांगताना ते रडत होते. त्याचे वडिलांवर फारच प्रेम असावे व त्याने त्यांची खूप काळजी, सेवा केली असावी या विचाराने लोक त्याचे कौतुक करत होते. जगन्नाथच्या तेराव्याला त्याने खूप लोकांना जेवायला घातले व सर्वांसमोर अन्नवस्त्रदान केले. वडिलांच्या नावाने शाळा कॉलेजात प्रथम क्रमांक येणाऱ्या विद्यार्थ्यांना पुरस्कार व बक्षिसे ठेवली. सगळ्या मित्रांनी व नातेवाइकांनी त्याची वाहवा केली, पण वसंतरावांना मात्र त्याच्या या नाटकीपणाचा राग आला. जिवंत असताना वडिलांना विचारले नाही, फक्त दुःख व क्लेश दिले आणि केवळ आता मोठेपणासाठी हे प्रदर्शन आहे, हे ते ओळखून होते. मनात वडिलांविषयी काहीही नसताना केलेली ही फक्त शोबाजी आहे या विचाराने वसंतरावांच्या डोक्यात संतापाचा डोंब उसळला होता.

खरं तर हे किती भयानक आहे! आई-वडील मुलाला जन्म दिल्यानंतर

किती कौडकौतुकाने त्याला सांभाळून लहानाचे मोठे करतात. त्याला चालायला, लिहायला, वाचायला शिकवतात. अनेक खस्ता खाऊन त्यांची आजारपणे निस्तरतात. हे करण्यासाठी रात्रीचा दिवस करतात. शाळा, कॉलेज, क्लासला घालून ऐपत असो नसो, शिक्षणासाठी पैसा खर्च करतात. त्या शिक्षणाच्या बळावर ते भरपूर पगाराची नोकरी मिळवतात. त्यामुळे उत्तम स्थळे चालून येतात. त्यातील एखादी मुलगी पसंत करून किंवा स्वतःच आपले लग्न जमवून करतात. थोड्याच दिवसांत आई-वडिलांची गरज संपते. मग त्यांच्याशी नीट वागत नाही. कृतज्ञता तर राहोच, उलट कृतघ्न होतात. हे सारे समाजाला, कोठे रसातळापर्यंत घेऊन जाणार आहे कोण जाणे! खरंच, आयुष्यातील वाईट गोष्टी डिलीट करून नवे चांगले अकाउंट उघडता आले व त्यात मौलिक गोष्टी सेव्ह करून ठेवता आल्या व त्यांचा वेळोवेळी वापर करता आला तर किती छान! पण मनाच्या कॉम्प्युटरमध्ये ही सोय नाही ना!

वसंतराव नकळत आपली स्थितीही मनातल्या मनात पडताळून पाहू लागले. अजून तरी आपला महेश कधी वाईट वागला नाही. खूपच लाघवी व आईवडिलांविषयी मनात आदर बाळगणारा हा मुलगा आहे. त्यांना काही वर्षांपूर्वीचा एक प्रसंग आठवला. महेश तेव्हा नुकताच मेकॅनिकल इंजिनिअरिंग पास झाला होता. कॅम्पस इंटरव्ह्यूमध्ये त्याला डिग्री मिळण्यापूर्वीच चांगल्या कंपनीत नोकरी मिळाली होती. मुळातच बुद्धी चांगली असल्यामुळे लवकरच त्याला प्रमोशन मिळाले व चांगल्या हुद्द्यावर त्याची नेमणूक झाली. पगारातही वाढ झाली. त्या दिवशी सकाळीच त्याने वसंतरावांना हाक मारली, ''बाबाऽऽ,''

''काय रे?'' वसंतरावांनी आतूनच विचारले.

''तुम्ही आणि आई जरा बाहेर या ना!''

ते दोघे बाहेर आले. हॉलमधील समोरची तयारी पाहून चकित झाले. हॉलमध्ये भिंतीच्या कडेला दोन चौरंग ठेवले होते. त्याभोवती सुंदर रांगोळी काढली होती. समोरच्या तबकात हळद कुंकवाची कोयरी, अक्षता, फुले, निरांजन असे तयार करून ठेवले होते. आज कसली पूजा, हे वसंतरावांना कळेना. त्यांनी प्रश्नार्थक मुद्रेने महेशकडे पाहिले. तेव्हा त्याने दोघांना धरून चौरंगाजवळ आणले व त्यावर बसायला सांगितले. न राहवून वसंतरावांनी विचारले, ''आज काय आहे?''

''गुरुपौर्णिमा आहे. हे जीवन जगण्यासाठी आवश्यक ते सारे ज्ञान शिकवणारे तुम्ही दोघेच माझे खरे गुरू आहात. आता शाळा, कॉलेज संपले

असले तरी काही शिक्षकांना नमस्कार करायला मी नंतर जाणार आहे, पण आज तुम्हा दोघांची पूजा करायची माझी इच्छा आहे. तुम्ही माझे केवळ गुरूच नाही तर देव आहात.''

''अरे, आम्ही जगावेगळे काय केले? सारेच आईवडील मुलांचे करतात.''

''नाही बाबा, सगळे आईवडील करतातच असे नाही. जन्माला घालून काही जण मुलांना रस्त्यावर वा कचराकुंडीत टाकतात अशा बातम्या आपल्याला वरचेवर कळतात. आयासुद्धा आपल्या छोट्या बाळांना पाळणाघरात ठेवून देतात. सगळेच लोक मुलांना शिकवत नाही. तुम्ही तर मला इंजिनिअरिंग साइडला घालून भरमसाट फिया भरल्या नसत्या तर मी आज जो काही आहे तो होऊच शकलो नसतो. केवळ तुमच्या कृपेने व आशीर्वादाने मला हे सारे लाभले. तुमच्या उपकारातून मी कधीच उतराई होऊ शकणार नाही.''

हे ऐकून वसंतराव व त्यांच्या पत्नीचे डोळे भरून आले. महेशही भावनातिरेकामुळे भारावला होता. गहिवरला होता. त्याने माता पित्याची पाद्यपूजा केली, त्यांना औक्षण केले. त्याने आईच्या हातात एक किमती साडी व बाबांच्या हातात शर्ट पॅन्ट पिस व एक पाकीट ठेवले. वसंतरावांनी संकोचून विचारले, ''हे काय?''

''प्रमोशन झाल्यावर मिळालेला माझा पहिला पगार आहे.'' महेश म्हणाला.

''अरे पण, मला कशाला देतोस?''

''मग कोणाला देऊ?'' महेशच्या या शब्दातून मला तुमच्याशिवाय दुसरे कोण महत्त्वाचे आहे! असा अर्थ व्यक्त होत होता. वसंतराव भरून पावले. दर महिना पगार झाला की बायकोच्या हातात देऊन तीच आता माझ्यासाठी महत्त्वाची असे सुचवणाऱ्या हल्लीच्या मुलांपेक्षा आपला मुलगा वेगळा आहे हे त्यांना जाणवले. आपण केलेले संस्कार अजून तरी कायम आहेत. पुढेसुद्धा महेश असाच राहील ना अशी शंका आजूबाजूच्या घरातील काही उदाहरणे पाहून त्यांच्या मनात येत होती. सध्याच्या हवा पाण्यातच असे काही आहे का की ज्यामुळे सारे बदलले, नव्हे बिघडले. याच प्रवाहात वावरणारा आपला महेश बदलणार नाही ना; असे भय त्यांना वाटत असे.

आता इतकी वर्षे गेल्यानंतर पुलाखालून बरेच पाणी वाहून गेले आहे. चार वर्षांपूर्वी महेशची आई सर्वांना सोडून कायमची निघून गेली. महेशने वसंतरावांना

कधी एकटे पडू दिले नाही. सुदैवाने त्याची पत्नी उमा त्याला अनुरूप अशीच आहे. त्यांचे सारे वेळेवर करते. अशी सून मिळणे हे या काळात केवळ भाग्यच होय. रोज ऑफिसमधून आल्यावर महेश दोन तास त्यांच्याशी गप्पा मारत बसत असे. पूर्वी रोज रात्री ८ वाजता वसंतराव पत्नीबरोबर जेवत व महेश आणि सूनबाई नऊ-साडेनऊला जेवत असे, पण आता महेश त्यांच्याबरोबर आठ वाजताच जेवू लागला. त्यांना एकट्याला जेवण जाणार नाही व आपलेही ते नीट जेवतात की नाही याकडे लक्ष राहील, असे त्याला वाटे. अधुनमधून त्यांच्या इच्छेनुसार आग्रहाने तो आपल्याबरोबर फिरायला, नाटक सिनेमा पहायला नेऊ लागला. वसंतराव सुखात होते.

पण अलीकडे कोठे तरी, काही तरी बिघडले आहे, असे त्यांना वाटू लागले. महेशचे त्यांच्याशी बोलणे कमी झाले होते. तो सारखा त्याच्याच विचारात बुडून रहात होता. एखादे वेळी ते विचारत, ''काय झालं?''

''काही नाही,'' असे गोंधळून म्हणून तो निघून जाई. त्यामुळे आपल्याबद्दलच काही बोलत असावेत व आपल्याला सांगायचे नसावे, असे त्यांना वाटत असे. तो एवढ्या कसल्या विचारात असतो हे कळायला मार्ग नव्हता. कळेल कधी तरी तो सांगेल म्हणून त्यांनी तो विषय सोडून दिला.

नेहमीप्रमाणे आज ते सायंकाळी त्यांच्या मित्रमंडळींच्या कंपूमध्ये गेले. तेव्हा सर्व मित्रांचे गंभीर चेहरे पाहून त्यांनी विचारले, ''काय झालं?''

''आपल्यातला एक कमी झाला.'' देशपांडेंनी सांगितले.

''म्हणजे?'' आता कोण वारले असावे या शंकेने त्यांना घेरले.

''अहो, आपल्या ग्रुपमधले वामनराव आज गेले ना?''

''काल तर इथे आले होते. एकाएकी काय झालं?'' वसंतरावांना धक्काच बसला. त्यांचा भलताच गैरसमज झाला हे लक्षात घेऊन आपटे म्हणाले, ''तुम्हाला वाटतं तसं काही नाही. वामनराव इथून हे गाव सोडून गेले एवढंच!''

''कुठं गेले? मुलीकडे?''

''नाही हो. त्यांचा मुलगा त्यांना आज वृद्धाश्रमात ठेवून आला.''

''का?'' वसंतरावांचा आवाज कापरा झाला.

''त्यांच्या सुनेने स्पष्टच सांगितले की तिला आता काम होत नाही. त्यामुळे वामनरावांचे पथ्यपाणी सांभाळणं, स्वयंपाक करणं जमणार नाही.''

''तिला काय झालंय? आजारी आहे का?''वसंतरावांनी विचारलं.

''काही नाही हो. सगळी नाटकं! सासरा नको एवढाच याचा अर्थ!

माझ्याच्याने होत नाही हे केवळ निमित्त! मुलांचं, नवऱ्याचं करणं होतं, पण सासऱ्यासाठी करायची इच्छा नाही. किंवा आता घर लहान पडतं म्हणून घरातील वृद्धांना असे बेवारशासारखे आश्रमात नेऊन टाकायचे. त्या घरात त्यांच्या मुलांना जागा असते, पण आईवडिलांना नसते. केवळ जबाबदारी टाळण्यासाठी ही सबब असते. आईवडिलांना कळत नाही की ते अडाणी असतात! सर्वांत वाईट गोष्ट म्हणजे ज्याचे ते आईवडील असतात त्या मुलाचे बायकोपुढे चालत नाही. तिने घर सोडून जाण्याची धमकी दिली की त्याला घाबरून व सेक्सच्या मोहाने तिच्या ताटाखालचे मांजर बनतात. आईवडील सोडतील पण असली बायको सोडणार नाहीत.'' धनंजयराव रागाने बोलत होते, पण तिकडे वसंतरावांचे लक्ष नव्हते. त्यांच्या डोक्यात नुसता गोंधळ माजला होता. वामनरावांचा मुलगा व सून सर्वांसमोर नम्र, आज्ञाधारक असे जे वागत होते ते दिखाऊच होते तर! हल्लीच्या बाळकडूत असे काय आहे की मुलांना आईवडिलांबद्दल प्रेम, आदर उरले नाही. ती ऐकत नाहीत अशी तक्रार अनेकजण करतात. याला अपवादही आहे, पण ते थोडे आहेत. काळ बदलला नाही तर बिघडत चालला आहे. अवतीभोवतीची उदाहरणे पाहून, ऐकून ज्येष्ठ नागरिक मनोमन हादरले आहेत. आपले भवितव्य काय, ही भीती त्यांचे मन पोखरते आहे.

आपला महेश जर असा वागला तर ते आपल्याला सहन होईल का? त्यांना शेक्सपिअरच्या ज्युलियस सीझर या प्रसिद्ध नाटकाची आठवण झाली. या नाटकाच्या शेवटच्या अंकात असहाय ज्युलियस सीझरवर जेव्हा हल्ला होतो तेव्हा हल्लेखोरात आपला जिवाभावाचा मित्र ब्रुटस याला पाहून त्याला धक्का बसतो. 'ब्रुटस यू टू '(तू सुद्धा) असे शेवटचे उद्‌गार तो काढतो, त्या वेळी आपल्यावर झालेल्या हल्ल्यापेक्षा, मरणापेक्षा आपल्या जिवलग मित्राने केलेल्या विश्वासघाताचे आश्चर्य, दुःख, वेदना या भावनाच अधिक असतात. तसेच आपला महेश इतर मुलांसारखा कृतघ्न निघाला तर जे मरणप्राय दुःख होईल ते सहन होणारच नाही. आपण त्या धक्क्यानेच मरू, असे त्यांना वाटले. इतरांच्या उदाहरणावरून आपण शहाणे होणे इष्ट ठरेल. त्याने हाकलून देण्याआधी घर सोडले पाहिजे. अपमानित जिणे आपण जगू शकणार नाही. महेश, उमा काही बोलत नाहीत, आपल्याकडे दुर्लक्षही करत नाहीत, पण अलीकडे घरात असे कुंद वातावरण का आहे? दोघे आपल्याशी मोकळेपणाने का बोलत नाहीत! त्यांच्या मनात काय चाललेय? की आपल्याला सांगण्याचे धाडस त्यांना होत नाही? त्यांनी प्रत्यक्ष सांगण्याचा क्षण येईपर्यंत थांबायचे का? की त्याआधीच निर्णय

घेऊन तो अमलात आणला पाहिजे? वास्तविक हे घर आपणच बांधलेले व आपल्या नावावर आहे. पण आजपर्यंत आदर्श पुत्रासारखे वागणाऱ्या आपल्या महेशला आपली आठवण म्हणून हे घर ठेवून आपण घर सोडायचे, असे त्यांनी ठरवले. भरपूर विचारमंथन करून घर सोडायचा निर्णय घेतला खरा, पण जायचे कोठे? कोणा नातेवाइकाकडे जायचे नाही. घरोघरी त्याच परी! आपल्याच जन्मदात्यांना हाकलतात तर आपल्याला कोण ठेवून घेणार? कोठेही गेले तरी कोळसा काळा तो काळाच! मग वृद्धाश्रमाशिवाय पर्याय नाही. आपल्याला आवडो न आवडो तीच वाट धरावी लागणार, असा विचार करून त्यांनी वर्तमानपत्र हातात घेतले. त्यात दोन वृद्धाश्रमांच्या जाहिराती छापल्या होत्या. त्यात त्यांचा पत्ता-फोन नंबरही होता. त्यांनी ती कात्रणे कापून घेतली. त्या रात्री त्यांना झोप लागलीच नाही. अजिबात आवाज न करता त्यांनी आपले कपडे, चेकबुक, पॅनकार्ड, आपल्या औषधाचे प्रिस्क्रिप्शन इ. आवश्यक सामान बॅगेत भरले. आपण घर सोडून जात असल्याची चिठ्ठी टेबलावर पेपरवेटखाली ठेवली. सकाळी नेहमीच्या वेळी उठून ते बाहेर आले. आंघोळ, चहा नाश्ता करून पुन्हा आपल्या खोलीत पेपर वाचत बसले. दहाच्या सुमारास महेश ऑफिसला निघाला. त्याचे ऑफिस स्कूटरवरून दहा पंधरा मिनिटांच्या अंतरावर होते. उमाही पप्पूला शाळेत सोडून येताना भाजी घेऊन येते, असे सांगून गेली. तेव्हा चटकन उठून वामनराव बॅग घेऊन बाहेर पडले. दाराला कुलूप घालून शेजारी गेले. त्या वहिनी स्वयंपाकाच्या गडबडीत होत्या. मी थोड्या वेळात बाहेर जावून येतो तोपर्यंत जर आमचा गॅस सिलेंडर आला तर तेवढा आमच्या व्हरांड्यात ठेवून घ्या. ही किल्ली इथे ठेवतो, असे म्हणून त्यांनी किल्ली व गॅसचे पैसे त्यांना दिले. नंतर आपल्याला कोणी पहात नाही ना याची खात्री करून घेऊन ते बॅग उचलून रस्त्याला आले. लगेच रिक्षा मिळाली. तिच्यातून ते स्टेशनवर आले. ट्रेनमधून आरामात प्रवास होतो म्हणून बहुधा ते ट्रेननेच प्रवास करीत असत. पुण्याला जाणारी ट्रेन यायला अर्धा तास अवकाश होता. म्हणून ते वेटिंगरूममध्ये येऊन बसले. आपण गेल्याचे कळल्यावर महेशला काय वाटेल याचा ते विचार करू लागले. किती वेळ गेला कुणास ठाऊक.

"बाबाऽऽ" अशी आर्त हाक कानावर आल्याने दचकून समोर पाहिले. त्यांच्यापुढे महेश व उमा असे दोघे उभे होते. दुसऱ्याच क्षणी महेशने त्यांच्या पायाला मिठी घातली व तो रडू लागला. वसंतराव गोंधळून उद्गारले, "हे काय!"

''बाबा, माझं काही चुकलं? मला सोडून कोठे निघालात? का?'' मान वर करून महेशने विचारले, अचानक महेश असा येईल याची कल्पनाच नसल्याने गोंधळलेल्या वसंतरावांना काय उत्तर द्यावे हे कळेना. ते स्तब्ध झाले. उमा म्हणाली, ''माझं काही चुकलं का? तसं असेल तर मी क्षमा मागते, पण तुम्ही जाऊ नका.''

''तुमच्या मनात हा विचार आलाच कसा? नशीब माझं की मोबाईल विसरला म्हणून मी घरी परत आलो. दाराला कुलूप पाहून आश्चर्य वाटलं. तुम्ही सकाळीच कोठे गेला हे कळेना. शेजारून किल्ली घेतली व कुलूप काढून आधी तुमच्या खोलीकडे धावलो. टेबलावरची तुमची चिठ्ठी वाचून माझ्या पायाखालची मातीच सरकली. हिला फोन करून लगेच बोलावून घेतलं. तुम्ही ट्रेननेच जाता म्हणून स्टेशनवर आलो. बाबा, तुम्ही का व कोठे चालला ते सांगा.'' महेश रडतच होता.

आता बोलणे भाग आहे हे ओळखून वसंतरावांनी त्याला उठवले. ''तू शांत हो बरं आधी! लोक पहात आहेत. ते काय म्हणतील!''

''म्हणू देत काहीही, मला पर्वा नाही. आधी सांगा का घर सोडून निघाला?''

''अलीकडे तू सारखा विचारात असतो. विचारलं तर सांगतही नाहीस. पूर्वीसारखा बोलत नाही. जगन्नाथ, वामनरावांच्या मुलासारखा तुम्हालाही मी नकोसा झालो की काय, अशी शंका आली. तुला मला सांगायला जमत नसेल असे वाटले म्हणून मीच...''

त्यांना बोलू न देता महेश म्हणाला, ''असा कसा गैरसमज करून घेतला तुम्ही! मला आणखी प्रमोशन मिळतंय. पण त्यासाठी नवीन प्रोजेक्ट करायला तीन वर्षे यु. एस. ला जावे लागेल. माझी जाण्याची अजिबात इच्छा नाही. जायचं तर तुम्हाला घेऊनच. पण तुम्हाला तेथे रहायला आवडेल की नाही, असे वाटत होते. तुमच्या वयाच्या लोकांना तिकडे करमत नाही. बोअर होण्यापेक्षा पुन्हा इकडे येऊन एकटे रहाण्यासही ते तयार असतात. त्यामुळे तिकडे जाण्याचं कसं टाळावं, याचा मी सतत विचार करत होतो. तुमच्याशिवाय मी राहू शकणार नाही आणि तुम्हाला न्यावं तर तुम्हाला तिकडे बोअर होणार म्हणून शेवटी मी प्रमोशन नाकारले. त्या अर्जाचा आज निर्णय कळणार आहे. सारे झाल्यावर मी तुम्हाला सांगणारच होतो. ''प्रमोशन मिळत आहे तर जा. तुझी प्रगती होणार तर नाकारु नकोस,'' असे तुम्ही म्हणणार याची मला खात्री होती. म्हणून तुम्हाला

सांगायचे टाळले. तुम्हाला एकटं इथे ठेवून मला प्रमोशन, परदेश वा पैसा नको आहे, पण हे न सांगण्यामुळे असा गहजब होईल याची कल्पना नव्हती. तुम्ही मला रागवा पण सोडून जाऊ नका. अनाथ, पोरका करू नका. तुम्ही कोठेही जायचे नाही. माझं ऐकलं नाही तर इथेच तुमच्यासमोर डोकं आपटून जीव देईन. चला घरी परत.''

इतर लोक हे अभूतपूर्व दृश्य पाहत होते. वसंतरावांनीही आपले पाणावलेले डोळे पुसले. महेशला जवळ घेतले. आपल्या भाग्याचा त्यांना अभिमान वाटला. त्यांचा मुलगा कोहिनूर हिरा होता. आपणच पारख करायला चुकलो असे त्यांना वाटले. जगातल्या बदकांमध्ये आपल्याला मात्र राजहंस लाभला आहे, या विचाराने त्यांच्या डोळ्यांत आता आनंदाश्रू जमा होऊ लागले.

महेशने त्यांची बॅग उचलली. त्याच्या खांद्यावर हात ठेवून जाताना पलीकडच्या डबक्यात सुंदर कमळ उमलल्याचे त्यांना दिसले. आता कायमच रोज त्यांच्यासाठी फादर्स डे असणार यासारखे दुसरे भाग्य कोणते!

■

महाल

■

आपल्या जीवनात आलेले काही चांगले-वाईट अनुभव चिरस्मरणीय असतात. असाच एक जीवाला चटका लावणारा अनुभव मला सुमारे ३०-३२ वर्षांपूर्वी आला. एका महत्त्वाच्या कामासाठी मी पुण्याला आले होते. तेव्हा एक परिचित प्राध्यापक जोशी यांनी मला त्यांच्या घरी जेवायला बोलावले. खरे तर घरी लहान मुले सोडून आल्यामुळे परत जाण्याची घाई होती, पण खूपच आग्रह झाल्याने मी त्या आमंत्रणाचा स्वीकार केला.

दुसऱ्या दिवशी सकाळी सव्वा बारा वाजता मी त्यांच्या घरी पोचले. बंगल्याच्या दारातच जोशी पती-पत्नींनी माझे मनापासून स्वागत केले. थंडगार सरबत घेऊन झाल्यावर त्यांनी संपूर्ण बंगला फिरून दाखवला. व्यवस्थित प्लॅनिंग करून ओव्हन, मिक्सर, फूड प्रोसेसर इ. आधुनिक साधनांनी सजवलेले स्वयंपाकघर, ए.सी. व देशविदेशी वस्तूंनी भरलेला दिवाणखाना असा सुरेख सजवलेला संसार दाखवत जोशीबाई कौतुकाने सांगू लागल्या, "सात वर्षांपूर्वी आमचं इंटरकास्ट लव्ह मॅरेज झालं. लग्नाचा निर्णय घेतल्यानंतर दोन वर्षांनी आम्ही लग्न केलं. या काळात त्यांनी हा बंगला खरेदी केला. त्यात आधुनिक सर्व सुखसोयी केल्या. सारी नवी कोरी साधनं त्यात ठेवून सुसज्ज मांडलेल्या महालात राणीला आणणार व मग राजाराणींचा संसार सुरू करणार असं त्यांनी ठरवलं होतं आणि तसंच केलं.''

छोटासा टुमदार बंगला खरोखरीच सुंदर नटवला होता. बाहेर बगीचा होता त्यात मोजकीच गुलाब, मोगरा, अबोली इ. फुलझाडे, नारळ, आंबा, चिक्कू असलीही झाडे होती.

थोड्या गप्पागोष्टी झाल्या. त्यांना दोन मुले होती. ती चांगल्या शाळेत शिक्षण घेत होती. पहिल्या पाचात त्यांचा नंबर येत होता. एक वाजता आम्ही जेवायला उठलो. जेवणाचा बेतही छान होता. भरपूर पदार्थ केले होते. स्वयंपाकीणबाईंच्या सुगरणपणाचे कौतुक करत जेवायला सुरुवात केली. मे महिन्याचे ऊन चांगलेच तापले होते. त्याकडे पाहवत नव्हते. मी डायनिंग टेबलवर जेथे बसले होते तिथून मला बाहेरचे गेट दिसत होते. तिथे एक रिक्षा येऊन थांबली व तिच्यातून एक वृद्ध जोडपे खाली उतरले. साधारण ८०-८५ अशी त्यांची वये असावीत. मी जोशीबाईंना म्हटले, ''तुमच्याकडे कोणी तरी आलेलं दिसतंय.''

त्यांनी मागे वळून पाहिले. क्षणार्धात त्यांच्या कपाळावर आठ्या पडल्या व नकळत त्या उद्गारल्या, ''आली का पीडा! एक रविवार चुकेल तर शप्पथ!'' ते वृद्ध दांपत्य एकमेकांचा हात धरून आत येत होते. दोघांच्याही हातांना कंप सुटला होता. कोण कोणाला आधार देत आहे हेच कळत नव्हते. त्या आजोबांनी दुसऱ्या हाताला काठी धरली होती तरी त्यांचे पाय लटपटतच होते. मी हळूच विचारले, ''कोण आहेत हे एवढ्या उन्हात विचा...''

पण मला पुढे बोलू न देता त्या म्हणाल्या, ''तेच तर म्हणतेय ना मी! एवढ्या उन्हात यायचं काही अडलंय का? ह्यांचे आईवडील आहेत हे!'' त्यांनी व्हरांड्यापर्यंत आलेल्या सासूसाऱ्यांना 'या' असे म्हणून त्यांचे स्वागत केले नाही की उन्हातून आले म्हणून साधा पाण्याचा ग्लासही त्यांच्यापुढे केला नाही. व्हरांड्यात परक्यांसाठी ठेवलेल्या खुर्च्यांवर ते दोघे एकमेकांच्या आधाराने बसले. जोशीबाई मला हळू आवाजात सांगू लागल्या, ''अलका टॉकीजजवळ असलेला जुना वन बीएचके फ्लॅट या सासूसासऱ्यांना राहायला दिला आहे. माझे सासरे शिक्षक होते. शाळेतून सेवानिवृत्त झाल्यावर मिळालेल्या पेन्शनमध्ये तेथे स्वतंत्र राहतात. दर रविवारी ह्यांना व मुलांना सुट्टी असते म्हणून न चुकता भेटायला येतात. सर्वांना बघितल्याशिवाय राहवत नाही म्हणे!'' तोंड वाकडे करीत त्या बोलत होत्या.

त्या काळात पेन्शन तरी किती असणार! त्या तुटपुंज्या रकमेत औषधपाणी व चरितार्थ कसे चालवत असतील व एकटे कसे सुखात राहत असतील, देव जाणे! या वयात आजींना दोघांचा स्वयंपाक तरी होत असेल का असा प्रश्न

मनात आला. दोघांनी कपाळ, मान, गळा यावरील घाम पुसत नातवंडांना हाका मारल्या. वरच्या मजल्यावर खेळत असलेल्या मुलांनी हाकेला ओ दिली नाही. शेवटी आईनेच हाका मारल्यावर मुले खाली आली. त्यांनी आजी-आजोबांना नमस्कारही केला नाही. आजीनेच उठून दोघांना जवळ घेतले. त्यांच्या तोंडावरून आपला सुरकुतलेला हात फिरवला. मुले अंग चोरत होती. आजीने आपल्या पिशवीतून बिस्किटाचा पुडा आणि केळी काढून त्यांना दिली. आईवडील त्यांना भरपूर पॉकेटमनी व जंकफूड आणून देत असावेत. त्यामुळे त्यांना आजीच्या या खाऊचे काही विशेष वाटले नाही. 'आम्हाला होमवर्क करायचे आहे' असे कारण सांगून त्यांनी आजीच्या हातातून आपला हात सोडवून घेतला व वर निघून गेले. आजी-आजोबांशी फारसे कोणी बोलत नव्हते. बिचारे हिरमुसले, पण याचीही त्यांना सवय असावी.

आजी आपल्या मुलाला म्हणाल्या, ''निघतो आम्ही. बाहेर रिक्षा थांबवलीच आहे. आताशा ह्यांना चालवतच नाही.''

''मग कशाला एवढी दगदग करतात! घरीच आराम करावा.'' जोशीबाई हसत म्हणाल्या.

''मी तेच म्हणतो, पण हिलाच तुम्हाला पाहिल्याशिवाय रहावत नाही ना!'' आजोबा काहीशा कडवटपणे म्हणाले व उठून उभे राहिले. ऊन्ह उतरेपर्यंत थांबायला त्यांनी कोणी सांगितले नाही की खायला प्यायलाही दिले नाही. मुलांना जन्म देऊन, मोठे करून शिकवणे ही खरे तर आईबापांची एक प्रकारची गुंतवणूक असते. जेव्हा आपण म्हातारे झाल्यावर थकू तेव्हा या मुलाने आपला आधार बनावे ही अपेक्षा करण्यात काय चूक आहे! एकुलता एक लाडात वाढलेला मुलगा पूर्वी कधी पाहिलेही नसलेल्या मुलीचाच फक्त आधार होतो, मातापित्यांना विसरतो हे योग्य आहे का? या वयात सुनेच्या हातचे गरम खायला मिळावे तर अजूनही स्वतःच रांधून खावे लागते आणि सुनेकडे मात्र स्वयंपाकाला बाई! तरुण असूनही म्हातारीच म्हटले पाहिजे यांना!

आजी-आजोबा निघून गेले. माझ्या मनात आले, विधाता तरी ही कसली माया देतो! यांनाच मुला-नातवंडांना का भेटावेस वाटते! सगळे एकतर्फी! त्यांच्या मायेला काहीच प्रतिसाद मिळत नाही. ह्या मुला-सुनेला म्हातारे व्हायचे नाही का? आईवडलांच्या जागी स्वतःला ठेवून का नाही पहात! स्वानुभवाने त्यांचे मन जाणून घेतले तर त्यांच्या भावना, यातना कळतील, पण त्यामुळे तरी या पाषाणहृदयी मुलांच्या मनाला पाझर फुटेल की नाही कोण

जाणे! अजून ह्यांचे म्हातारपण लांब आहे ना! आज ते सुपात आहेत पण पुढे त्यांनाही जात्यात जावे लागणारच ना! सध्यातरी राजा-राणी आपल्या मुलांसह म हालात सुखाने जगत आहेत. फक्त पती-पत्नी व मुले एवढीच कुटुंबाची व्याख्या आता झाली आहे का? त्यात जन्मदात्यांना स्थान नाही का? पूर्वी कुटुंबात किती नाती सांभाळली जात असत. घरातल्या मोठ्या माणसांना, आईवडिलांना मानाचे स्थान असे. त्यांचे सारेजण ऐकत असत. उलटून बोलत नसत. म ोठ्या माणसांच्या शब्दाला, इच्छेला महत्त्व होते. आता बायको व मुलांच्या इच्छेला प्राधान्य दिले जाते. आईवडील दुय्यम किंवा कवडीमोलाचे होतात. किंवा या आजी- आजोबांसारखे दूर जातात. दारात दोन आलिशान गाड्या उभ्या असताना म्हातारे आईवडील भर उन्हात भाड्याच्या रिक्षेतून झळा सोसत निघून गेले. मुलाच्या ऐश्वर्याचा त्यांना काय उपयोग? गुंतवणूक वायाच गेली म्हणायची. प्रा. जोशी अतिशय हुशार होते. त्यांच्या ज्ञानाबद्दल माझ्या मनात आदर होता, पण आता ते माझ्या मनातून अगदी उतरले. त्यांची पत्नी परकी पण त्यांना तरी आपल्या जन्मदात्यांबद्दल प्रेम वाटायला हवे होते. फक्त पत्नीवरच प्रेम करणाऱ्याचे ज्ञान काय कामाचे! त्यांनी माझी ओळखही त्यांच्याशी करून दिली नव्हती. त्यांच्या जीवनात आईवडिलांना स्थान नव्हते. त्यांना आदराची वागणूक न देणारे इतरांशी काय वागणार! माझ्या मनात उदासी दाटून आली. नकळत डोळे पाणावले. जोशीबाई म्हणाल्या, ''कसला विचार करताय! जेवा ना! आणखी काय वाढू?''

आता काही खायची इच्छाच राहिली नव्हती. तोंडातला गुलाबजाम कडू लागत होता. मघाशी छान वाटणारा महाल आता भकास वाटू लागला. मूर्तीशिवाय मंदिर कसे वाटते तसा!

■

पुनर्जन्म

■

'बद्रिनाथ केदारनाथकी जय' बस सुरू होताच सर्व प्रवाशांनी एकमुखाने गजर केला आणि आमच्या प्रवासयात्रेला सुरुवात झाली. मी अतिशय आनंदात होतो. गेल्या कित्येक वर्षांपासून माझ्या मनात असलेली बद्रिनाथ- केदारनाथ दर्शनाची इच्छा आता पूर्ण होणार होती. आतापर्यंत या यात्रेला सपत्नीक जाण्याचा बेत चार वेळा मी केला होता. दोन वेळा तिकीटेही बुक झाली होती, पण दरवेळी काही ना काही कारणाने माझे जाणे रद्द झाले होते. ऐनवेळी ट्रीप रहित झाल्याने विरस झाला होता. बद्रिनाथ-केदारनाथ दर्शनाचा योग आपल्या नशिबातच नाही असे समजून अलीकडे मी तो विचारही सोडून दिला होता. यंदा मात्र ही संधी जुळून आली होती. मागे ही यात्रा कॅन्सल झाल्याने मी किती नाराज झालो हे घरात सर्वांना माहीत होते म्हणून विश्वनाथने- माझ्या मुलाने एका नामवंत यात्रा कंपनीत बुकींग करून मगच मला सांगितले.

"बाबा, आता तयारीला लागा. जूनमध्ये तुम्हाला केदारनाथला जायचे आहे."

"अरे पण…" मी.

"आता पण नाही नि परंतु नाही. बॅग भरायला सुरुवात करा." त्याने बोलूच दिले नाही. आणि मग माझी तयारी सुरू झाली. दहा दिवसासाठी लागणारे कपडे, थंडी-वाऱ्यापासून बचाव करण्यासाठी स्वेटर, शाल, स्कार्फ,

मोजे, पावसाळा सुरू झाल्यामुळे छत्री, माझी नित्याची बी. पी. ची व सर्दी-तापाची औषधे इ. बॅगेत सर्वप्रथम भरले. टॉर्च, कात्री, दोरी, आयपॉड असे आठवेल तसे एक एक रोज त्यात टाकतच होतो. तरीपण आजवरच्या अनुभवाने यंदा तरी आपण नक्की जाणार ना, या शंकेने मनात अस्वस्थ होत होतो.

पस्तीस वर्षे दीर्घकाळ नोकरी केल्यानंतर मागच्या वर्षी मी सेवानिवृत्त झालो. आता उर्वरित आयुष्य आरामात जगायचे असे ठरवले, पण विधीलिखित काही वेगळेच होते. त्यानुसार आठ महिन्यापूर्वी अचानक कावीळ झाल्याने माझी पत्नी मला कायमची सोडून गेली. हा धक्का पचवणे मला अतिशय जड गेले. तिच्या जाण्याने जीवनात एक भयाण पोकळी निर्माण झाली. विश्वनाथ, त्याची पत्नी रमा माझी सर्वतोपरी काळजी घेत होते, पण त्या दोघांच्या नोकऱ्या असल्यामुळे दिवसभर घरात नसत. वाचन, टीव्ही पाहणे, फिरायला जाणे यामध्ये तरी किती वेळ घालवणार? रोज सकाळ-संध्याकाळ फिरायला जात असतो पण कोठेही व कशातही मन रमत नाही. मी पहिल्यापासूनच भाविक, धार्मिक वृत्तीचा, अध्यात्माची आवड असणारा. असे असूनही पत्नीच्या जाण्याने सैरभैर झालो होतो. या वयात सहचारिणीच्या साथ-संगतीचे महत्त्व चांगलेच जाणवत होते. 'या यात्रेला तिची सोबत असती तर', हा विचार कैकदा मनात आला पण आता जर तरचा विचार काय कामाचा? ईश्वरेच्छा बलीयसी! असे मनाला समजावत होतो. अखेरीस आज सर्व तयारी करून खरोखरीच यात्रेला निघालो, यावर विश्वासच बसत नव्हता. विश्वनाथ- रमा मला स्टेशनवर पोचवायला आले होते. दोघे वारंवार सांभाळून जाण्यास सांगत होते.

''बाबा, प्रकृती सांभाळा. दिल्लीहून तुम्हाला यात्रा कंपनीचे लोक व सहप्रवासी भेटतील. आपल्या ग्रुपबरोबर राहत जा. अनोळखी ठिकाणी हरवल्यास फार त्रास होतो.''

विश्वनाथच्या सततच्या सूचना ऐकून मला मोठी गंमत वाटत होती. लहानपणी तो सहलीला निघाल्यावर मी त्याला शाळेत पोचवायला जायचो तेव्हा मी त्याला, ''जपून जा बाळ. नीट खात पीत जा. एकटा कोठेही जाऊ नकोस. पाण्याकडे तर मुळीच नको. तू सुखरूप परत येईपर्यंत आमच्या जीवाला चैन पडणार नाही.'' अशा सूचना देत असे. आज आमच्या भूमिका बदलल्या होत्या. तो माझ्या काळजीने अस्वस्थ झाला होता. ''बाबा, मी रोज सकाळ-संध्याकाळ तुम्हाला फोन करीनच. काही अडचण आल्यास तुमच्या मोबाइलवरून तुम्ही मला कळवा. स्वतःचे अजिबात हाल करून घेऊ नका.

तुमचा स्वभाव भिडस्त आहे, पण अशा वेळेस बोलले पाहिजे. काही हवे असल्यास विनासंकोच टूर गाईडला सांगा. मस्त ट्रीप एन्जॉय करा.''

''अरे, किती काळजी करतोस! मी लहान आहे का?'' मी म्हणालो.

''खरंच बाबा, तुम्ही परत येईपर्यंत मला काळजी वाटणारच ना! त्यातून तुमच्याबरोबर आई असती तर चिंता नव्हती. पण'' एकदम वास्तवाच्या जाणिवेने भानावर येऊन त्याने आपली जीभ चावली. तिच्या आठवणीने माझेही डोळे पाणावले. नंतर आम्ही काहीच बोललो नाही.

वेळेवर गाडी सुटली. हाताने 'बाय' करून विश्वनाथ पाठमोरा झाला तेव्हा हातरूमालाने डोळे पुसत होता. फार दूर चाललो म्हणून मलाही गलबलून आले होते. थोड्याच वेळात मन आवरून मी शांत झालो. इतर प्रवासी आपल्या जागी स्थिरस्थावर झाले. माझी आवडती जुणी गाणी ऐकण्यासाठी मी आयपॉडची वायर कानाला लावली. ज्यांचे आप्तस्वकीय, मित्र बरोबर होते त्यांच्या गप्पागोष्टी सुरू झाल्या. दोन-चार दिवसांनी सहप्रवाशांशी ओळखी झाल्यावर आपल्यालाही सोबती मिळतील, असा विचार करीत गाणी ऐकत खिडकीबाहेर पाहण्यास सुरुवात केली. पळती झाडे पाहण्यात मजा वाटू लागली. यंदा वेळेवर म्हणजे जूनच्या पहिल्या आठवड्यातच पाऊस पडायला सुरुवात झाली असल्यामुळे सगळीकडे हिरवेगार दृश्य दिसत होते. वातावरण आल्हाददायक होते. निसर्गाने बहाल केलेल्या सृष्टीचे सौंदर्य पहाण्यात मी रमून गेलो. डोंगर-दऱ्यांची सुंदर दृश्ये नयनांना सुखद वाटत होती. जुनी अर्थपूर्ण गाणी कानाला गोडव्याचा अनुभव देत होती तर पुढच्या स्टेशनवर घेतलेली गरमागरम कांद्याची भजी जिव्हेला तृप्त करीत होती. थंडगार वाऱ्याचा व खिडकीतून येणाऱ्या पावसाच्या तुषारांचा स्पर्श अंगावर शहारा फुलवत होता. वातावरणात विविध फुलांचा सुगंध दरवळत असल्याने नाकही सुखावले होते. त्यामुळे मन प्रसन्न झाले. रूप, रंग, रस, गंध, स्पर्श या साऱ्या संवेदना फुलल्या, सुखावल्या. असा छान प्रवास करीत मी दिल्लीला पोचलो. रस्त्यात सगळीकडे कमी-जास्त पाऊस पडत होता. दिल्लीपासून आमची यात्राकंपनीबरोबर वाटचाल सुरू झाली. सहप्रवाशांच्या ओळखी करून दिल्या गेल्या. बसमध्ये आम्ही चोवीस प्रवासी होतो. गौरीकुंड ते केदारेश्वर हा १४ किलोमीटरचा डोंगरी प्रवास सोडला तर आता संपूर्ण प्रवास बसनेच करायचा होता. हा प्रवास जीवनातील एक अविस्मरणीय प्रवास असेल याची अजिबात कल्पना नव्हती. मजल-दरमजल करीत हृषिकेशला पोचलो. थोडी विश्रांती घेतली, तेथील स्थानिक स्थळे पाहिली. श्रद्धेने देवळात नमस्कार

केला आणि मुक्कामाला श्रीनगरला गेलो.

पूर्वी पहेलगामपासूनच यात्रा सुरू व्हायची. १५ हजार फूट उंचीवरच्या स्फटिकासारख्या बर्फाच्या शिवलिंगाची अमरनाथाची यात्रा ही धार्मिकतेप्रमाणेच साहसीही होती. कारण कित्येकदा खराब हवा, जोरदार हिमवृष्टी आणि दुर्गम चढण यामुळे प्राणावर बेतायचे. तिथे पोहोचेपर्यंत तेथील विलक्षण सौंदर्य नाहीसे होऊन पंचमहाभूते अनेकदा अक्राळविक्राळ रूप धारण करीत. तुफानी वारे, पाऊस, जोरदार बर्फवृष्टी सुरू होई. अशा प्रतिकूल परिस्थितीत केवळ सात-आठ किलोमीटरवरील पिंडीचे दर्शन घेण्याचा दृढ निश्चय करून एकेक पाऊल टाकावे लागत असे.

आम्ही सकाळी सहा वाजता केदारनाथला निघालो. तेव्हा पाऊस, वारा यांचा पाठशिवणीचा खेळ चालूच होता. तो अनुभवत होतो. रुद्रप्रयागवरून एक रस्ता बद्रीनाथला तर दुसरा रस्ता केदारेश्वरकडे जात होता. थोडे पुढे गेल्यावर गौरीकुंड होते आणि केदारेश्वरला घोडेवाले, डोलीवाले यांचा संप असल्याने 'पुढे येऊ नका' असा निरोप टुरिस्टच्या व्यवस्थापकाला मिळाला. त्यामुळे रुद्रप्रयागमध्ये थोडे फिरून बद्रिनाथला मुक्काम केला. १३ जून रोजी सकाळी दर्शन घेऊन पिपलकोटीकडे प्रयाण केले. बद्रिनाथच्या मूळ स्थानी जेव्हा बर्फ पडतो तेव्हा श्रींचा मुक्काम येथे असतो. तिसऱ्या दिवशी सकाळी जोशीमठ, रूद्रप्रयाग, गुप्त काशी, रामपूर, सीतापूर फाटा, सोनप्रयाग मार्गे गौरीकुंडला निघालो. संपूर्ण प्रवासात मुसळधार पाऊस सोबतीला होताच. निसर्ग काही तरी वेगळेच सुचवत होता, पण ते आम्हाला कळत नव्हते.

घाटरस्त्यात वाहनांच्या कोंडीतून मार्ग काढत सायंकाळी गौरीकुंडला पोचलो. तेथून केदारेश्वरला जायचे होते, पण संध्याकाळनंतर नियमानुसार घोडे व डोली पुढे जात नाहीत म्हणून इथेच मुक्काम केला. दुसऱ्या दिवशी केदारेश्वरला निघालो. जोरदार पाऊस, डोंगरकड्यावरून कोसळणारे जलप्रपात, नदीचा मनात धडकी भरवणारा आवाज यामुळे जीव मुठीत घेऊन जात होतो. पाच फुटावरचेदेखील काही दिसत नव्हते. मी डोलीत बसलो होतो. वाटेत थोड्या विश्रांतीसाठी डोलीवाला थांबला तेव्हा एकाने सांगितले, ''या भागात आता दरड कोसळणार असा अंदाज आहे. तेव्हा पुढे जाऊ नका.'' या लोकांचे अंदाज सहसा चुकत नाहीत. त्यामुळे भीतीदायक परिस्थिती होती, पण देवाची कृपा! आम्ही केदारेश्वरला पोचलो. तेथील देवळातील पंडे भाविकांकडून पैसे उकळण्यासाठी करीत असलेल्या अनेक युक्त्या-प्रयुक्त्या पाहून देवाच्या

दारातही हे चालावे याचे मनाला फार वाईट वाटले. देवदर्शन झाले तेव्हा साऱ्या प्रवासाचे सार्थक झाले असे वाटले. तृप्त मनाने गौरीकुंडला परत आलो. रात्री बस उशिरा निघाली. आठ-साडेआठ वाजेपर्यंत सुमारे पाच-सहा किलोमीटर प्रवास झाला असेल तेवढ्यात एका वळणावर एक मोठी दरड आमच्या बसच्या काही अंतरावर पुढे कोसळली. भीतीने छातीत धस्स झाले. डोळ्यात बोट घातले तरी दिसणार नाही असा काळोख मनाच्या भीतीत आणखी भर घालत होता. आजूबाजूला भला मोठा डोंगरकडा कोसळल्याने दगड पडून रस्ता पूर्ण बंद झाला. समोरचा दोन किलोमीटर रस्ता खचला व अनेक माणसे उभीच्या उभी गाडली गेली. सुरुवातीला उल्हसित करणाऱ्या हिमजगातील या अनुभवाला कशाचीही जोड नव्हती. निळ्या झालरीची स्वप्ननगरी डोळ्यादेखत नष्ट होऊन ती मृत्युभूमी कशी बनली हे आमच्या डोळ्यांनी प्रत्यक्ष पाहिले. जवळपास कोणीच नाही अशा परिस्थितीत अख्खी रात्र धुवांधार पावसात रस्त्यात काढावी लागली. थोड्या थोड्या वेळाने कुठे तरी दरड कोसळल्याचा मोठा आवाज कानात घुमायचा. जोरात कानठळ्या बसायच्या व कानात धस्स व्हायचे. आपले आता काही खरे नाही असे वाटायचे. सुरक्षित आसरा मिळेल असे कोठे काही ठिकाण दिसत नव्हते. गेले दोन-चार दिवस निसर्गसौंदर्याने मन आनंदून, मोहरून गेले होते. तसेच आता त्याचे रौद्र रूप अनुभवताना जगणे आणि मरणे यातल्या रेषा किती पुसट असू शकतात, काळामधले अंतर किती गहिरे असते, हे अनुभवताना सुन्न झाले होते.

काल रात्रीच आम्ही सारे प्रवासी गाडीतून खाली उतरलो होतो. पाऊस पडत असल्याने सामान गाडीतच ठेवले होते. सगळ्यांच्या बरोबर पुढे पुढे येताना बस कोठे राहून गेली हे कळतच नव्हते. अंधारात चाचपडायला होत होते. खाण्यापिण्याचे तर भानच नव्हते. 'ढगफुटी' झाली एवढेच कळले होते. सहप्रवासी कोठे गायब झाले, ते समजत नव्हते. भिजल्यामुळे थंडीत मी कुडकुडत होतो. झोपणे तर शक्यच नव्हते. चार-पाच अनोळखी माणसे भोवती होती त्यांच्या चाहुलीने मी त्यांच्या मागे-मागे चाललो होतो. एकटे राहिलो तर भयाने हार्टअॅटॅक येण्याचीच शक्यता! सगळे सहप्रवासी विखुरले होते. रात्रभर अखंड चालत होतो. कधी चढ, तर कधी उतार असा रस्ता होता. उजेड नव्हता. टॉर्च बॅगेत राहिली. मोबाईलला रेंज नव्हती. तो पावसात भिजून डिसचार्ज होऊन बंद पडला होता. कोणाशीही संपर्क साधणे कठीण होते. सुमारे १४-१५ किलोमीटर तरी रात्रभर चाललो असू. बुडत्याला काडीचा आधार असतो. मला

त्या अनोळखी माणसांनी चढ-उतारावर मदतीचा हात देऊन चालवले. एवढे चालायची आता सवय नव्हती. उद्या चांगलेच पाय दुखणार होते. रस्ते घसरडे झाल्यामुळे फार जपून पावले टाकावी लागत होती. यातून आपण सहीसलसमत घरी जाऊ शकू की नाही, अशी शंका मनात डोकावू लागली होती. माझी औषधे माझ्या बॅगेतच राहिली होती. रोज घ्यावयाच्या बीपीच्या आवश्यक गोळ्या बॅगेत राहिल्यामुळे औषध घेता येणार नव्हते. असे किती दिवस चालणार व तोपर्यंत आपले काय होणार हे कळत नव्हते.

सकाळी थोडासा उजेड पडला तेव्हा सहा वाजत आले असावेत. आम्ही नेमके कोठे आहोत, हे कळत नव्हते. समोरून एक सात-आठ माणसांचा घोळका येताना दिसला. न राहवून मी त्यातील एकाला विचारले, ''काय झालंय इथे?''

''अहो, प्रचंड हाहाःकार माजला आहे. ढगफुटी झाल्याने सगळीकडे पूर आले आहेत. माणसे, घरे, झाडे सारे सारे वाहून चालले आहे. त्यामुळे ट्रॅफिक सगळीकडे जाम झाले आहे.''

''या महाप्रलयात नेमक्या किती लोकांचा मृत्यू झाला हे सांगणे महाकठीण आहे. किती लोक वाहून गेले, किती लोक गाडले गेले हे सांगता येणार नाही. केवळ केदारनाथच नव्हे तर आसपासही पाच-सहाशेच्यावर मृतदेह आढळले आहेत. हजारो लोक मृत्युमुखी पडले आहेत. शेकडो लोक बेपत्ता झाले आहेत. नक्की आकडा माहीत नाही.''

''इथले सरकार काही करत नाही का?'' मी विचारले.

''मृतांच्या वारसांना सरकारने आर्थिक मदत देण्याचे जाहीर केले आहे. परराज्यातील मृत भाविकांच्या कुटुंबांनाही ही मदत मिळेल. रस्त्यांवरच्या मृतदेहावर अंत्यसंस्कार केले जात आहेत. त्यासाठी किती तरी टन लाकूड लागणार आहे. इमारतींमध्ये अडकलेले मृतदेह काढण्याची यंत्रणा नाही. काही जेसीबी मागवलेत ते आल्यावर ते मृतदेह काढून त्यावर अंत्यसंस्कार केले जातील.''

हे सारे ऐकूनच अंगावर काटा आला. घशाला कोरड पडली, पण पिण्यासाठी स्वच्छ पाणी नव्हते. 'समुद्री चहूकडे पाणी, पिण्याला थेंबही नाही' अशी अवस्था होती. वर-खाली सगळीकडे पाणी होते, पण ते पिण्यायोग्य नव्हते. मी समोरच्या माणसाला विचारले, ''तुमच्याकडे पाणी आहे का?''

''आताच शेवटच्या बाटलीतले पाणी आम्ही सारे प्यायलो. तुम्ही असे

करा, पुढे कोपऱ्यावर एक माणूस बिसलरी वॉटरच्या बाटल्या विकतो आहे. पैसे असतील तर एखादी बाटली घेता येईल. इथे कोणाकडेच पाणी नाही. कोण कोणाला देणार?''

तेही खरेच होते. एरवी पाण्याला कोणी नाही म्हणत नाही, पण आज भोवताली इतके पाणी असूनही डोळ्यात पाणी आणण्याची वेळ या पाण्याने आणली होती. नेहमी लोकांना जीवन देऊन संजीवक ठरणाऱ्या पाण्याने आज अनेकांचे जीव घेतले होते. भयानक दृश्ये पाहून जीव धास्तावला होता. सगळीकडे चिखल झाला होता. त्यात पाय रोवत रोवत मी पुढे आलो. माझ्या खिशात पाकीट होते व त्यात पैसेही होते. बिसलरीची बाटली विकणाऱ्या माणसाकडून मी एक बाटली घेतली व वीस रुपयांची नोट पुढे केली. तो म्हणाला, ''चालीस रुपये दो.''

''चालीस!'' मी उद्गारलो.

''यहाँ और कोई पानी नही देगा। मंगता है तो लो, नही तो रहने दो!'' असे म्हणत त्याने माझ्या हातातील बाटली काढून घेतली. मी मुकाट्याने ४० रुपये दिले व पाणी घेतले. अशा संधीचाही फायदा घेणारे लोक असतात हे माहीत होते, त्याचा प्रत्यक्ष अनुभव आज आला. बिकट संकटात चांगले-वाईट दोन्ही अनुभवायला मिळते.

बाकी सारे सामान वाहून गेले असले तरी अजून माझे पोट माझ्याबरोबरच होते ना! त्याला आता भूक लागली. निदान चहा तरी हवाच होता, पण येथे काही मिळणे अवघड होते. भोवताली फक्त पाणी आणि चिखल होता. ठिकठिकाणी अडकलेली माणसे प्राण वाचवत एकत्र गोळा होऊ लागली. घरच्यांशी कोणाचाही संपर्क साधला जात नव्हता. घरी पोचण्याची या क्षणी शाश्वती नव्हती.

घरून येताना बरोबर घेतलेले चिवडा, लाडू, शंकरपाळे यांसारखे कोरडे फराळाचे पदार्थ बसमध्ये भिजूनही गेले असतील. बसचा काही पत्ता लागत नव्हता. गेले १५-१६ तास मी भिजलेल्या अवस्थेत होतो. अंगात ऊब आणणे आवश्यक होते. कोणीतरी फाटका माणूस एका कळकटलेल्या जर्मनच्या भांड्यातून एके ठिकाणी चहा देत असल्याचे कळाले. पाण्यातून झपाझप चालत मी तेथे गेलो. ५० रुपये देऊन घेतलेल्या त्या द्रवपदार्थाला चहा म्हणणे अवघड होते. कसली तरी विचित्र चव होती, पण गरमागरम असल्याने मी ते पाणी प्यालो. भिजलेल्या बिस्किटांचा पुडा घेण्याचे धाडस झाले नाही. उपाशीतापाशीच भिजत बसून

राहिलो. संध्याकाळी मात्र पोटात फारच कलकलायला लागल्याने रहावेना. कोठे काही खायला मिळते का ते पहावे, असा विचार केला, पण एखादे घर वा हॉटेल कोठेही दिसत नव्हते. घरेच्या घरे वाहून गेली होती. भुकेने कासावीस झालो तेव्हा नकळत डोळे भरून आले. तोंडाने पुटपुटलो, ''कसं जगणार आता!''

जवळच उभ्या असलेल्या माणसाने ते ऐकले आणि तो म्हणाला, ''खरं आहे तुमचं! जगण्यासाठी धडपड केली पाहिजे. रोजचे जेवण मिळणे अवघड आहे. पण आम्ही मघाशी इथल्या एका झाडाची पाने-फुले तोडली आहेत. तीच आता खाणार आहे. झाडातून जीवनरस वाहत असतो. ती जगली आहेत त्याअर्थी आपणही यातील गाभा खाल्ल्याने जगू. नाही तर उपासाने मरायचे ते असे मरू.''

मीही मुकाट्याने वृक्षाच्या पर्ण-फुलांचा आहार थोडासा खाल्ला व पाणी प्यायलो. रोज थोडे थोडे पुढे चालतच होतो. रविवारी पुन्हा सुरू झालेल्या अतिवृष्टीमुळे मदतकार्यात अडथळे येऊ लागले. गरजूंपर्यंत मदत पोचू शकत नव्हती. आपदग्रस्त भागातील रस्ते पूर्णतः नामशेष झाले असल्याने या भागात अडकलेल्या सर्वांची सुटका करण्यासाठी १५ दिवस तरी लागतील असा अंदाज व्यक्त केला जात होता. दुर्घटनेचे मुख्य केंद्र असलेल्या केदारनाथ खोऱ्यामध्येच जास्त लोक मृत्युमुखी पडले होते. मदतीसाठी येणाऱ्या लोकांकडून बाहेरच्या बातम्या कळत होत्या. एकाने सांगितले,

''पावसाच्या आत सुमारे २२ हजार लोकांना सुरक्षित ठिकाणी पोचवण्याचे मोठे आव्हान विविध यंत्रणांसमोर आहे. त्यामुळे सर्वांचे लक्ष आकाशाकडे लागले आहे. रुद्रप्रयाग, चमेली व उत्तरकाशी जिल्ह्यातून आतापर्यंत सुमारे ७० हजार लोकांना सुरक्षित ठिकाणी हलवण्यात आले आहे. अजून ८ हजार लोक बद्रिनाथमध्ये अडकले आहेत. अन्न व औषधे यांचा त्यांना व्यवस्थित पुरवठा केला जात आहे.''

अजून आपण सुखरूप आहोत हे नशीबच म्हणायचे! आणखी दोन दिवस अतिवृष्टी होणार हा अंदाज कळल्यावर सर्वांच्या पोटात गोळा आला. अतिवृष्टीमुळे हवाईदलाचे काम ठप्प झाले होते. इंडोतिबेटियन पोलिसांकडून अडीच हजार पर्यटकांची सुटका करण्यात आली. ३० हेलिकॉप्टर, ४० चॉपर, लष्कर व निमलष्करी दलाचे १० हजार जवान कार्यरत असल्याचे कळाले. असेच आणखी दोन दिवस गेले. माझी अगदी बुरी हालत झाली होती. आंघोळ नाही, कपडे पाऊस-चिखलाने मळलेले, दाढी वाढलेली असा अवतार झाला

होता. कितीदा हातपायतोंड धुतले तरी स्वच्छ वाटत नव्हते. घरी पुन्हा जाईन की नाही ही शंका मनात पिंगा घालीत होती.

दूर एका ठिकाणी झोपडीवजा घरात स्टोव्ह पेटलेला दिसला. मी तिकडे गेलो तर भिजलेल्या कपड्यातील एक बाई पुऱ्या तळत होती. ती तिच्या कामात मग्न होती. मी दारात उभा राहून जरा खाकरलो तसे चमकून तिने माझ्याकडे पाहिले. क्षणात तिच्या चेहऱ्यावर भय पसरले. माझा अवतार पाहून ती घाबरली असावी. ते ओळखून मी म्हटले, ''मी.. मी...!''

''क्या चाहिये?'' तिने शक्य तितके दरडावून विचारले.

''घबराओ मत! मुझे भूख लगी है! कई दिनोंसे कुछ खाया नही! खानेको कुछ थोडासा मिल जाये तो बडी कृपा होगी!'' मी हळूवारपणे सांगितले.

ती काहीच बोलली नाही. पुन्हा आपल्या कामाला लागली. याचा अर्थ ओळखून मागे फिरलो. काही पावले गेलो तोच हाक आली, ''रुकिये''

मी मागे वळून पाहिले. एका कागदामध्ये काही तरी घेऊन ती माझ्याकडे आली. कागद माझ्यासमोर पसरून ती म्हणाली, ''इतनाही दे सकती हूँ मै। मेरे पती और बच्चे भी आयेंगे। घरमे और कुछ नहीं है।''

ती खरेच बोलत असावी. कागदात चार पुऱ्या व लोणचे होते. मी त्या बाईला मनापासून थँक्यू म्हणणार होतो, पण माझ्या डोळ्यातच तिने ते वाचले आणि चटकन निघून गेली. अशा स्थितीतही परोपकार करणारी स्त्री मला देवीचे रूप वाटली. मी तेथेच बसून पटापट ते खाऊन घेतले. अमृत कधी घेतले नाही त्यामुळे त्याची चव मला माहीत नाही, पण ते फार गोड घास लागले. पोट भरले नव्हतेच तरी तिला मनोमन दुवा देऊन मी तेथून निघालो. आज अन्नासाठी एखाद्या भिकाऱ्यासारखी याचना मी केली होती. घरी लाखो रुपये पडून होते. बंगला, गाडी, नोकरचाकर होते; पण माणसावर कधी कोणती वेळ येईल ते सांगता येत नाही. पैसा नेहमीच उपयोगी येतो असे नाही, हे सत्य आज अनुभवले होते.

थोडा पुढे आलो आणि कानावर शब्द आले, ''बचाओऽ बचाओऽऽ'' मी आवाज कोठून येतो याचा शोध घेतला. तीस फुटावर एक बारा-तेरा वर्षांचा मुलगा चिखलात बुडला होता. त्याचे फक्त डोके जमिनीच्यावर दिसत होते. दोन्ही हात वर करून तो मदतीची याचना करण्यासाठी ओरडत होता. क्षणाचाही विलंब न करता मी तिकडे धावलो. थंडीने काकडलेले लोक तेवढेसुद्धा हलायला तयार नव्हते. स्वतःचा जीव सांभाळण्याचा प्रयत्न प्रत्येकजण करणारच ना! मला

मात्र कोठून इतके बळ आले होते कोण जाणे! मी त्या मुलाच्या हाताला धरले आणि म्हणालो, ''माझा हात धरून ये वर!''

गोरागोमटा तो मुलगा चांगल्या घरचा वाटत होता. तोही पर्यटनासाठी कोणाबरोबर तरी आला असावा. माझ्या भिकाऱ्यासारख्या अवताराकडे पाहून त्याने प्रथम माझा हात पकडण्यास अनिच्छा दर्शवली, पण त्याच्याकडे दुसरा पर्यायच नव्हता. आणखी कोणी त्याच्या मदतीला धावले नव्हते. प्रत्येकाला आपला जीव प्रिय असणारच ना ! नाइलाजाने त्या मुलाने माझा हात धरला. मी त्याला वर ओढू लागलो, पण त्या चिकट चिखलात तो चांगलाच रुतला होता. कदाचित झाड्यांच्या मुळ्यांनी त्याला वेढा घातला असावा. मी सर्व ताकदीने प्रयत्न करत होतो. आता तो मुलगा रडायला लागला होता.

''रडू नकोस. रोनेसे कुछ नही होगा। थोडासा जोर लगाके बाहर आनेका प्रयास करो। मैं उपरसे खिचता हूँ।''

जवळजवळ १०-१५ मिनिटांच्या महत्प्रयासाने मी त्याला बाहेर खेचले. नाही तर अजून किती वेळ तो अडकला असता कोण जाणे! त्याचे पुढे काय झाले असते त्याची तर कल्पनाच करवत नव्हती. जिवंत गाडले जाण्याचीच शक्यता होती. बाहेर आल्यावर त्या मुलाने नकळत माझ्या पायावर डोके ठेवले. अजूनही तो रडत होता. मी त्याच्या डोक्यावरून प्रेमाने हात फिरवला. त्यालाही आता माझा विश्वास वाटला असावा. तो म्हणाला, ''परसो रातके अंधेरेमें मेरे पप्पाने थामा हुवा मेरा हात छूट गया। अब वो मुझे कहाँ मिलेंगे? मैं कहाँ जाऊ?''

मी तरी त्याला काय उत्तर देणार! आज त्याचा पुनर्जन्मच झाला होता. असे कित्येकांचे पुनर्जन्म झाले असावेत त्याची काही गणतीच नव्हती. मी काही न बोलता तिथून निघालो. डोळे वारंवार भरून येत होते. हजारोंना येथे मदतीची गरज होती. आभाळच फाटले तर कोठे कोठे ठिगळ लावणार! माझे दोन हात पुरणे शक्यच नव्हते. अनेकजण हतबल झाले होते. या प्रसंगातही चांगले वाईट दोन्ही प्रकारचे अनुभव येत होते. हवसे, नवसे, गवसे सगळीकडेच असतात. याचाही फायदा घेणारे लोक तेथे होते. कोठेही गेले तरी मानवी प्रवृत्ती बदलते थोडीच! कोठे तरी बँकेतले सामान वाहून आले होते. पैसे, लॉकरमधील दागिने पाण्यात भिजले होते. ज्याला जे हाताला लागत होते ते लुटत होते. काही साधू लोक पाण्याचिखलातच बसून ओल्या नोटा, दागदागिने यांची मोजणी करीत होते. संन्यास स्वीकारला तरी त्यांच्या ठायी अजून विरक्ती आली नव्हती.

लोभ मोह यातच अडकले होते. एकीकडे अशा परिस्थीतीतही माणुसकीने वागणारी माणसे भेटत होती. तिथेच स्वार्थी माणसेही आढळत होती. या विषमतेच्या दर्शनाने मन व्यथित झाले होते.

दोन दिवसांनी सकाळी काही लोक जेसीबी घेऊन आले व मार्गातल्या दरड बाजूला करण्याचे काम सुरू झाले. हळूहळू रस्ता खुला होऊ लागला तरीही ते लोक आमच्याकडे पैसे मागू लागले. असा राग येत होता! वाटेत अनेक ठिकाणी कोसळलेल्या दरडी पार करत, अनेक अडचणींना तोंड देत कसेबसे गुप्त काशीला पोचलो. आता खायला-प्यायला मिळत होते. हाल संपले होते. तेथे महाराष्ट्र मंडळात मुक्काम केला. ढगफुटी, पूर यामुळे झालेल्या मनुष्यहानी, वित्तहानी यांसारख्या बातम्यांनी काळीज फाटत होते. सर्व प्रकारची प्रचंड हानी झाली होती. वातावरणात रडण्याचे, हुंदक्याचे व आक्रोशांचे आवाज भयानक घुमत होते. अभियांत्रिकी, गणितीयांत्रिकी व स्थापत्यगणनेच्या पलीकडेही नैसर्गिक प्रक्रिया घडत असतात, हे उत्तराखंडातील या नैसर्गिक प्रकोपाने दाखवून दिले. या जलप्रलयात हजारो लोक प्राणास मुकले, शेकडो लोक सापडत नव्हते. गावेच्या गावे उद्‌ध्वस्त झाली. हजारो कोटींचे नुकसान झाले. देवभूमीतील या ढगफुटीने नदीला आलेल्या प्रचंड पुरात काठावरच्या छोट्या मोठ्या सर्व इमारती पत्याच्या बंगल्यासारख्या उद्‌ध्वस्त झाल्या. या भीषण आपत्तीस निसर्ग कारणीभूत होता की मानव? आपले सरकार की झटपट उभारली जाणारी छोटी मोठी हॉटेल्स? स्थापत्यशास्त्राचे नियम धाब्यावर बसवून निर्माण केली गेलेली हॉटेल्स आणि भविष्यकाळातील आपत्कालीन व्यवस्थेकडे संपूर्ण दुर्लक्ष करणारी यंत्रणा हा सारा प्रकार मानवाला आणि मानवी यंत्रणेला अंतर्मुख करणारा ठरला. मर्यादित उपभोग घेणे निसर्गाला मान्य आहे. पण उपभोगवाद निसर्गाला मान्य नाही हेच खरे! कोणत्याही आपत्कालीन परिस्थितीला जात- पात- धर्म याचे काही देणे-घेणे नसते. आपत्ती मानवनिर्मित वा निसर्गनिर्मित असू शकते. मात्र प्रश्न असतो तो त्या संकटाशी मानवतेच्या दृष्टिकोनातून सारे मानव कसे झगडतात व त्या चक्रात सापडलेल्यांना आपण वा यंत्रणा कशी वाचवते याचा. जून-जुलैच्या काळात उत्तराखंडमध्ये जो निसर्गाचा प्रकोप झाला, त्यातून बाहेर येण्यासाठी सरकारी यंत्रणा, विविध मानवी संस्था व आपले जवान यांनी युद्धपातळीवर जे प्रयत्न केले त्याला तोड नाही. १६ जून २०१३ पासून उत्तराखंडमध्ये ढगफुटीने लादलेल्या युद्धातील हजारोंना वाचविण्याचे काम मिलीटरी जवानांनी अत्यंत शर्थीने पार पाडल्याचे कळाले. हे संकट आपल्या कुटुंबावरचे संकट आहे या

भावनेने तहानभूक विसरून रात्रंदिवस ते यात्रेकरूंना वाचवण्याचा प्रयत्न करीत होते. हेलिकॉप्टर सर्व्हिस, मिलिटरी गाड्या सर्व्हीस, रस्ते जोडणे व भुकेलेल्यांना अन्नपुरवठा, मृतांचा व हरवलेल्यांचा शोध घेणे ही सारी कामे न थकता ते करीत होते. त्यांचे कौतुक करावे तेवढे कमीच होते.

संपूर्ण प्रवासात निसर्गावर मानवाने केलेले अतिक्रमण आणि ठिकठिकाणी मांडलेला श्रद्धेचा बाजार लक्षात आला होता. या संकटग्रस्तांमधील मृतांच्या कुटुंबीयांना सरकारने लाखो रुपये देण्याची घोषणा केली होती. पण जे अपंग, अधू झाले त्यांचे भावी आयुष्य कसे जाणार? मृतांना देणग्या पण जे जिवंत राहिले त्यांचे संकटमय जीवन आता कधीच संपणार नाही याचा विचार कोण करणार? आता अन्य प्रांतातून सर्व प्रकारची मदत येईल. ती गरजूंपर्यंत किती पोहोचेल याची शंका आहे. प्रेताच्या टाळूवरचे लोणी खाणारेही असतात हे अनुभवत होतोच. मी गुप्तकाशीत होतो तेव्हाच पूल वाहून गेला असून गावाचा व जगाचा संपर्क तुटल्याचे कळले. वीज नसल्याने बातम्या कळणे कठीण जात होते. मोबाईल टॉवर वाहून गेल्याने तीही संपर्कयंत्रणा ठप्प झाली होती. धो धो पाऊस, कोसळणाऱ्या दरडी यांची दृश्ये डोळ्यासमोरून हलत नव्हती. अजूनही मन भीतीने धास्तावले होते. आणखी दोन दिवस बिकट गेले. मात्र आता अन्नपाण्याचे हाल होत नव्हते. हेलिकॉप्टरच्या मदतीने मदतकार्य सुरू झाले होते. एकाच्या मोबाईलला रेंज आली. त्याला विनंती करून मी घरी काळजी करीत बसलेल्या विश्वनाथला सुखरूप असल्याचे कळवले. आता लवकरच घरी पोचणार होतो. पुरात अडकलेल्यांना घेऊन जाणारे हेलिकॉप्टर कोसळून सारे मरण पावल्याची बातमी आली. कधी या धोक्यातून बाहेर पडणार असे वाटत असतानाच ट्रेनने हजारो लोकांना गुप्तकाशीत सोडले जात होते. जिकडे तिकडे भेदरलेले चेहरे वावरत होते. या वातावरणात मीही अस्वस्थ झालो होतो. घरी कधी पोहोचणार याची चिंता प्रत्येकाच्या चेहऱ्यावर दिसत होती. लवकरच लांब पल्ल्यांच्या बसना कच्च्या रस्त्यानं जाण्याची परवानगी मिळाली. पोलिसांना खूप मिनतवारी करून मी दुसऱ्याच बसमध्ये जाण्यासाठी माझा नंबर लावला. २१ जूनला सकाळी निघालो. रस्त्यात दोन वेळा पोलिसांनी 'पुढे जाता येणार नाही' असे फर्मान काढून अडवले. मात्र पैसे दिले की वाहने पुढे सोडत होते हे कळल्यावर लोक चिडले. इथे प्रत्येक गोष्टीचा फायदा घेतला जात होता. कच्च्या रस्त्याने अनेक अडचणींना तोंड देत सुमारे २२ तासानंतर मी दिल्लीला पोचणार होतो. या संकटाची भयाण छाया सगळीकडे जाणवत होती. केवढा मोठा

विध्वंस झाला याची कल्पना ऐकलेल्या बातम्यांवरून येत होती. जीव दडपून गेला होता. मध्येच एका रेल्वेस्टेशनच्या टेलिफोनवरून मी विश्वनाथला घरी यायला निघाल्याचा फोन केला. त्याने मला दिल्लीला येणार असल्याचे सांगितले. त्याला कधी एकदा डोळे भरून पाहतो, असे मला झाले होते. वाघाच्या गुहेत जाऊन सुरक्षितपणे परत आल्याचा आनंद मला झाला होता. महाप्रलयातून मी सुदैवाने वाचलो होतो, यावर विश्वासच बसत नव्हता. मी स्वतःला चिमटा काढून पाहिले. आतापर्यंत बधिर झालेल्या सर्व संवेदना पुन्हा जागा झाल्या होत्या.

माझी बस दिल्लीला आली आणि खिडकीतूनच मला विश्वनाथ येत असलेला दिसला. मी धावतच गाडीतून उतरलो. त्याने मला घट्ट मिठी मारली. इतका वेळ पापणीआड संयमाने दाबून ठेवलेल्या अश्रूंना मी वाट करून दिली. पाच मिनिटे कोणी काही बोलले नाही. तरीसुद्धा शब्दांविना आमच्या भावना एकमेकांना समजल्या होत्या. तो हळूच म्हणाला, ''चला, जाऊ या.''

मी मान डोलावली. सामान ढगफुटीत अर्पण झाल्याने माझ्याजवळ काहीच नव्हते. समोरच दिसले की पावसाच्या पाण्याने अनेक छोटी मोठी झाडे जलसमाधीस्थ झाली असली तरी त्याच पाण्यातून एक नवे इवलेसे रोप हळूच डोके वर काढीत होते. जणू त्याचा पुनर्जन्म झाला होता!

■